३६५ प्रेरणादायी तेजवाक्य

'सरश्री'द्वारे रचित इतर पुस्तकं

- विचार नियम – आपल्या यशाचे रहस्य
- विकास नियम – आत्मसंतुष्टीचं रहस्य
- आत्मविश्वास आणि आत्मबळ – यशाचं शिखर गाठणारे पंख
- वर्तमान एक जादू – उज्ज्वल भविष्याची निर्मिती आणि प्रत्येक समस्येवरील उपाय
- जीवनाची दोन टोकं – ध्यान आणि धन
- भीतीचा सामना कसा करावा – विकासाचे नवे मार्ग आखा
- अंतर्मनाच्या शक्तीपलीकडील आत्मबळ
- सन ऑफ बुद्धा या कथेतून जाणा – मुलांचा विकास कसा करावा
- आळसावर मात – उत्साही जीवनाची सुरुवात
- महापुरूषांच्या लेखणीतून...
- सुगंध नात्यांचा – सोनेरी नियमाची किमया
- साहसी जीवन कसं जगाल – अशक्य कार्य शक्य कसं कराल
- तुझी इच्छा तीच माझी इच्छा – भक्ती वरदान

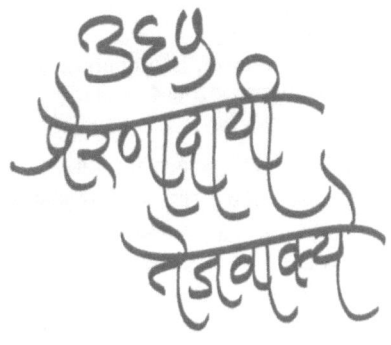

३६५ प्रेरणादायी तेजवाक्य

आनंदी विचार

सरश्री

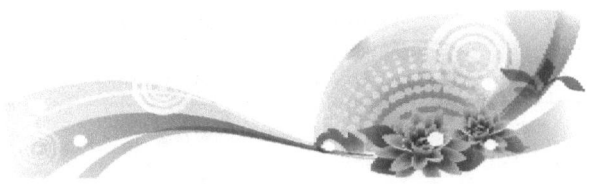

३६५ प्रेरणादायी तेजवाक्ये – आनंदी विचार

© **Tejgyan Global Foundation**

All Rights Reserved 2012.
Tejgyan Global Foundation is a charitable organization, having its headquarters in Pune, India.

सर्वाधिकार सुरक्षित

'वॉव पब्लिशिंग्ज् प्रा. लि.' द्वारे प्रकाशित हे पुस्तक अशा अटीवर विकण्यात येत आहे, की प्रकाशकाच्या लेखी पूर्वअनुमतीविना ते व्यापाराच्या दृष्टीने अथवा अन्य प्रकारे उसने, भाड्याने अथवा विकत अन्य कोणत्याही प्रकारच्या बांधणीत अथवा अन्य मुखपृष्ठासह देता येणार नाही. तसेच अशाच प्रकारच्या अटी नंतरच्या ग्राहकावर बंधनकारक न करता आणि वर उल्लेखिलेल्या कॉपीराइटपुरत्या मर्यादित न ठेवता या पुस्तकाच्या कोणत्याही स्वरूपाच्या विनिमयास, तसेच कॉपीराइटधारक व वर उल्लेखिलेले प्रकाशक दोघांच्याही लेखी पूर्वअनुमतीविना इलेक्ट्रॉनिक, मेकॅनिकल, फोटोकॉपी, रेकॉर्डिंग इत्यादी प्रकारे या पुस्तकाचा कोणताही अंश पुनःप्रस्तुत करण्यास, जवळ बाळगण्यास अथवा सुधारित स्वरूपात प्रस्तुत करण्यास मनाई आहे.

प्रकाशक : वॉव पब्लिशिंग्ज् प्रा. लि., पुणे

ISBN : 9788184153354

पहिली आवृत्ती : फेब्रुवारी २०१६
पुनर्मुद्रण : नोव्हेंबर २०१६, डिसेंबर २०१९

(सदर पुस्तकाच्या तेजज्ञान ग्लोबल फाउंडेशनद्वारे ३ आवृत्त्या प्रकाशित झाल्या आहेत.)

365 Prernadayi Tejvakye- Anandi Vichar
By **Sirshree** Tejparkhi

प्रास्ताविक

स्वमदतीसाठी असलेला हा एक संग्रहग्रंथ असून उच्चतम विद्वत्तेच्या स्रोतामधून ही प्रेरणादायी तेजवाक्यं लिहिली गेली आहेत.

प्रत्येक दिवसासाठी एक, अशा ३६५ प्रेरणादायी तेजवाक्यांचा अंतर्भाव यात आहे. म्हणजेच ३६५ दिवसांसाठी ३६५ प्रेरणादायी तेजवाक्यं.

प्रत्येक दिवशी एक तेजवाक्य घेऊन त्यावर दिवसभरात शक्य होईल तेवढं मनन करा. ही प्रेरणादायी तेजवाक्यं तुमच्या दैनंदिन जीवनात प्रेरणा व आनंदाचा स्रोत बनू शकतील, म्हणूनच या विचारांना प्रेरणादायी तेजवाक्यं असं म्हटलं आहे.

ही सर्व प्रेरणादायी तेजवाक्यं वाचा, त्यांचा आनंद घ्या आणि पाहा तुमच्या जीवनात काय बदल घडतोय ते!

धन्यवाद

हॅपी थॉट्स

जानेवारी

नवीन वर्ष जानेवारी १

जुन्या वर्षाला कवटाळून आपण नवीन वर्षाचे स्वागत करू शकत नाही. नवीन बदल आत्मसात करण्याची आपली तयारी असेल तेव्हाच आपण त्याचे स्वागत करू शकाल.

संपन्न निसर्ग जानेवारी २

निसर्ग गरजेपेक्षाही जास्त समृद्ध असून, सर्वत्र संपन्नता आहे.

उच्च लक्ष्य   जानेवारी ३

ज्यांना निसर्गाचे नियम समजतात ते कधीही छोटे लक्ष्य ठेवत नाहीत.

परवानगी   जानेवारी ४

तुम्ही जर स्वत:ला दु:खी होऊ देऊ शकता तर आनंदीही निश्चितच होऊ देऊ शकता.

क्रोध   जानेवारी ५

रागाची सुरुवात कुठल्याही गोष्टीने झाली तरी त्याची परिणती मात्र नेहमी पश्चात्ताप व अपराधबोध यातच होते.

उत्तर   जानेवारी ६

सर्पदंशाचा उतारा त्याच्या विषातच मिळतो. त्याचप्रमाणे प्रत्येक समस्येचे उत्तर त्या समस्येतच असते.

रोगाचा इलाज रोगातच असतो, त्याचप्रमाणे प्रत्येक प्रश्नाचे उत्तर त्या प्रश्नातच असते.

आसक्ती   जानेवारी ७

प्रतिष्ठा, सत्ता, संपत्ती किंवा सुख यांच्या आसक्तीने वाढणारा अहंकार माणसाला परमेश्वरापासून अलग करतो.

जानेवारी ८

जिथे आसक्ती असते तिथे इच्छा असतात,
जिथे आसक्ती नसेल तिथे इच्छा पण नसतात,
जिथे इच्छा नसतात तिथे राग, द्वेष, मत्सर, तिटकारा,
आणि दु:ख यांची शक्यताच नसते.

अमर्याद व्हा   **जानेवारी ९**

तुम्हाला जर अमर्यादित प्राप्त करायचे असेल, तर तुम्ही अमर्याद झाले पाहिजे.

विश्वास **जानेवारी १०**

जसा तुमचा विश्वास तशाच प्रकारचे पुरावे तुम्हाला मिळतात. जेवढे जास्त पुरावे तुम्हाला मिळतात तेवढा तुमचा विश्वास अजूनच दृढ होतो.

आनंद **जानेवारी ११**

आनंद यशस्वी व्हावा आणि दुःख पराभूत. ज्ञानातून आनंद निर्माण होतो, तर दुःखाचे अस्तित्व हे चुकीच्या समजूतींत असते.

शरीर   जानेवारी १२

जेव्हा शरीर हे मंदिर होईल, तेव्हाच ते खरी अभिव्यक्ती करू शकेल.

तेजज्ञान   जानेवारी १३

'मला माहीत नाही' असे म्हणणे एखाद्याच्या अहंकाराला ठेच पोहोचवू शकते, पण...

'मला माहीत नाही' हे माहीत होणे हेच पहिले तेजज्ञान आहे.

क्षमता जानेवारी १४

जे स्वीकारण्याची तुमची क्षमता असते त्या गोष्टी तुमच्याकडे येतातच.

त्यासाठी निरंतर प्रयत्नाने तुमच्यातील क्षमता आणि पात्रता वाढवा.

बदल जानेवारी १५

बदल आणि परिवर्तन हा निसर्गाचा नियम आहे.

चारित्र्य

जानेवारी १६

अपूर्ण क्रिया सबबींना जन्म देतात.

सबबी खोटे बोलण्यास भाग पाडतात.

सातत्याने खोटे बालणे हे चुकीच्या वृत्तींना जन्म देते.

चुकीच्या वृत्ती या खराब चारित्र्य जन्मास घालतात.

जानेवारी १७

साधे, सहज व सचोटीपूर्ण जीवन आपले चारित्र्य संपन्न करते.

कारण चांगले चरित्र्य हा आपल्या जीवनाचा पाया आहे.

चारित्र्य गमावणे म्हणजे मूळ ध्येय गमावण्यासारखेच आहे.

ज्यांचे चारित्र्य उत्तम आहे आणि ध्येय निश्चित आहे, तेच स्पष्ट निर्णय घेऊ शकतात.

जानेवारी १८

तुमच्या मित्रांच्या निवडीवरून तुमचे चारित्र्य ठरविले जाते.

तुलना ### जानेवारी १९

तुम्ही कोणत्याही ठिकाणी पोहोचा, तिथे तुमच्याआधी कोणी तरी असेलच. तुम्ही कितीही सुंदर आणि किमती वस्तू खरेदी केलीत तरी त्यापेक्षा चांगली वस्तू उपलब्ध असणारच. म्हणून कधीही तुलनेच्या विचित्र खेळात अडकू नका. या खेळाला अंत नाही.

पूर्णता जानेवारी २०

पूर्णता म्हणजे एखादे काम पूर्ण झाल्यावर मिळणारा आनंद व समाधान. मग ते काम कितीही छोटे असो वा मोठे.

मनन जानेवारी २१

मनन हा मनासाठी व्यायाम आहे.

ते प्रथम आपले मन शुद्ध करते, नंतर ते न-मन अवस्थेत घेऊन जाते.

मनाला दूर करायचे असेल, तर ते मननाने होऊ शकते, दबावाने नाही.

जानेवारी २२

मननाशिवाय हीरेसुद्धा कोळशांसारखेच आहेत.

धैर्य   जानेवारी २३

केवळ घणाचे घाव घातल्यानंतर आणि पैलू पाडल्यानंतरच हिऱ्याची किंमत वाढते,

तसेच, भीतीला सामोरे गेल्यानंतरच धैर्य प्राप्त होते.

सर्जनशीलता   जानेवारी २४

तेच बघा जे बाकीचे बघतात; पण विचार असा करा जो बाकी कोणी करू शकत नाही.

जर तुम्ही सर्जनशील विचार करू शकत नसाल, तर अशा लोकांबरोबर राहा जे तसा विचार करू शकतात.

मृत्यू　　　　　　　　　　जानेवारी २५

जन्म घेणे, जगणे आणि मरण पावणे हे ठीक आहे.
जन्म घेणे, जगणे आणि मृत्यूच्या आधी न मरणे हे चांगले आहे.
जन्म घेणे, जगणे आणि जिवंतपणीच मृत्यू पावणे हे सर्वोत्तम आहे. (अहंकाराचा मृत्यू)

निर्णय　　　　　　　　　　जानेवारी २६

इतिहास त्या लोकांना माफ करतो ज्यांनी चुकीचे निर्णय घेतले. पण ज्यांनी निर्णयच घेतले नाहीत त्यांना तो माफ करत नाही. म्हणून आजच निर्णय घेण्याचा निर्णय घ्या.

जानेवारी २७

निर्णय घेताना तुमची बुद्धी व हृदय दोन्हींचा वापर करा.

कर्म **जानेवारी २८**

स्वत:ला दुष्कर्मातून वाचवणे ठीक आहे,
आपल्या कर्मांना सुकर्मास लावणे चांगले आहे.
सुकर्मास अकर्ता होऊन समर्पित करणे सर्वोत्तम आहे.

इच्छा **जानेवारी २९**

इच्छा हा रोग नसून, इच्छेची इच्छा होणे हा रोग आहे. या अवस्थेमध्ये माणूस एक क्षणसुद्धा इच्छेशिवाय राहू शकत नाही. तो सदैव कुठली ना कुठली इच्छा पूर्ण होण्याची वाट बघत असतो.

जानेवारी ३०
इच्छा वाईट नसून इच्छेशी होणारी आसक्ती वाईट आहे.

जानेवारी ३१
इच्छा दु:खाचे कारण नसून इच्छेची सवय होणे हे दु:खाचे कारण आहे.

फेब्रुवारी

अलिप्तता फेब्रुवारी १

तुम्ही आसक्तीपासून अलिप्त राहण्यास शिकलात, तर निर्णय घेण्याची कला सहज शिकाल.

भक्ती फेब्रुवारी २

भक्ती ही अशी उच्चतम भेट आहे, जिची प्राप्ती झाल्यावर माणसाला दुसऱ्या कुठल्याच गोष्टीची इच्छा होत नाही.

अडचण **फेब्रुवारी ३**

सोन्याला जेवढे जास्त तापवू तेवढे ते जास्त चमकते, त्याचप्रमाणे तुम्ही जितक्या जास्त अडचणींना तोंड द्याल, तेवढी तुमची प्रगती होईल.

अहंकार **फेब्रुवारी ४**

अहंकार ही अज्ञानाची सावली आहे.

जसे अज्ञान वाढेल तशी त्याची सावलीही वाढेल.

फेब्रुवारी ५

अहंकाराची सेवा करणे ही माणसाच्या अधोगतीची पहिली पायरी आहे.

सत्याची सेवा करणे ही त्याच्या उत्कर्षाची पहिली पायरी आहे.

जर कोणी स्वतःच्या अहंकाराला पाहू शकत असेल, तर ती त्याच्या आध्यात्मिक उन्नतीची सुरुवात आहे.

फेब्रुवारी ६

पूर्ण दिवसात जर एकदाही अहंकार उत्पन्न झाला नाही, तर तोच खरा दिवस.

फेब्रुवारी ७

स्वतःच्या अहंकाराला साक्षीभावाने पाहणे ही आध्यात्मिक उन्नतीची सुरुवात आहे.

शाश्वत वर्तमान ### फेब्रुवारी ८

नाशवंत गोष्टींमध्ये आपली ऊर्जा न गुंतवता, जे निरंतर आहे, त्यात ऊर्जा गुंतवा.

तुमचा वेळ आणि लक्ष त्यामध्ये गुंतवा, जे कायमस्वरूपी आहे, शाश्वत आहे.

ईश्वराची अभिव्यक्ती फेब्रुवारी ९

स्वत:चे काम स्वत: करणे चांगले आहे.

स्वत:चे काम पूर्ण करून दुसऱ्यांना मदत करणे अतिशय चांगले आहे.

प्रत्येक काम हे ईश्वराची अभिव्यक्ती समजून पूर्ण करणे अति उत्तम आहे.

फेब्रुवारी १०

मानवालाच फक्त ईश्वराची गरज आहे असे नाही, ईश्वरालाही स्वत:ला अभिव्यक्त होण्यासाठी मानवाची गरज असते.

फेब्रुवारी ११

ईश्वर स्वत:च्या अभिव्यक्तीसाठी शाश्वत आनंदात असणाऱ्या शरीरांची निवड करतो.

जीवनाचे सत्य फेब्रुवारी १२

जे हयात नाहीत अशांसाठी लोक शोक व्यक्त करतात. तेच लोक हयात असणाऱ्यांशी भांडणे करतात.

अपयश सुरक्षित आहे — फेब्रुवारी १३

नकारात्मक घटना या तुमच्यातील क्षमता वाढवण्यासाठी असतात.

व्हॅलेंटाईन डे (वेल इन टाइम डे) — फेब्रुवारी १४

हा दिवस आपल्यासाठी योग्य वेळी ज्ञान घेऊन येवो. (वेल इन टाइम). हा दिवस सर्व सजीव व निर्जिव गोष्टींप्रती निरपेक्ष प्रेमाची आठवण ठरो.

स्वत:वर प्रेम करण्याचा व स्वत:ला माफ करण्यासाठी मदत करणारा ठरो. एकत्वाची भावना निर्माण करण्यास मदत करणारा ठरो.

अपयश   फेब्रुवारी १५

अज्ञानी लोकांसाठी अपयश हे दु:ख आहे, तर ज्ञानी लोकांसाठी यशाच्या पुढील पायरीची तयारी आहे.

विश्वास   फेब्रुवारी १६

विश्वास हा तुम्हाला पूर्णपणे शाश्वत आनंदात राहण्याची शक्ती देतो.
विश्वासाशिवाय जगणे म्हणजे कोषात राहणे होय.

फेब्रुवारी १७

परमेश्वरावरील विश्वासाने भक्ती जागृत होते
भक्तीमुळे अतूट विश्वास निर्माण होतो.

फेब्रुवारी १८

अनेक समस्यांना तोंड देऊनही मानवाचा आपल्यावरील विश्वास अढळ आहे,

हे पाहून ईश्वरास अत्यानंद होतो.

फेब्रुवारी १९

आपल्या विश्वासावर विश्वास ठेवा.

अशा विश्वासाने तुम्ही पर्वतही हलवू शकता.

फेब्रुवारी २०

जोपर्यंत तुमच्यामध्ये विश्वास जागृत होत नाही तोपर्यंत खरे यश तुम्हाला टाळत राहते.

फेब्रुवारी २१

जेव्हा तुमचा विश्वास डगमगत नाही तेव्हा समस्या डगमगतात.

जेव्हा तुमचा विश्वास डगमगतो तेव्हा समस्यांची पकड अजून घट्ट होते.

फेब्रुवारी २२

विश्वासाने प्रत्येक गोष्ट शक्य होते.

फेब्रुवारी २३

एक तर पूर्णपणे भयमुक्त होऊन कोणताही निर्णय घ्या, किंवा लहान लहान निर्णय घेत या कार्यपद्धतीने भयमुक्त व्हा. निर्णय तुमच्या हातात आहे.

चांगले वाटणे फेब्रुवारी २४

स्वत:ला सांगा– मला चांगले अनुभवण्याचा पूर्ण अधिकार आहे. मी माझ्यामध्ये व माझ्या सभोवती फक्त शांतता आणि सद्भावना निर्माण करीन. मी माझे विश्व आनंदाने व्यापून टाकीन.

भावना फेब्रुवारी २५

भावनेच्या आहारी न जाणे ठीक आहे

आपल्या भावनांना शक्ती प्रदान करणे अतिशय चांगले आहे, तर आपल्या भावनांना भक्तीची जोड देणे अतिउत्तम आहे.

पहिली गोष्ट   **फेब्रुवारी २६**

प्रथम स्वत:ला बदला, जग आपोआप बदलेल.

                                   फेब्रुवारी २७

समस्या ही जगाबरोबर नाही, तर ती तुमच्याबरोबर आहे. स्वत:ला बदला, तुमच्या भोवतालचे जग आपोआप बदलेल.

केंद्रस्थान फेब्रुवारी २८

जर तुम्ही काट्यांवर लक्ष केंद्रित केले, तर फुलांची प्रशंसा करू शकणार नाही.

पण जर तुम्ही फुलाकडे प्रथम लक्ष केंद्रित केले, तर काटे जास्त टोचणार नाहीत.

त्याचप्रमाणे लोकांच्या सद्गुणांवर लक्ष केंद्रित करा, दुर्गुणांवर नको.

ध्यान फेब्रुवारी २९

मनाच्या वादळाला शांत करण्यासाठी 'ध्यान' हा रामबाण उपाय आहे.

मार्च

अन्न मार्च १

शरीराला जिवंत ठेवण्यासाठी भोजन आवश्यक आहे.

शरीर स्वस्थ राहण्यासाठी वेळेवर भोजन करणे चांगले आहे.

पण शरीर हे मंदिर आहे, हे जाणून योग्य आहार घेणे सर्वोत्तम आहे.

दूरदृष्टी मार्च २

सर्व शक्यतांचा आधीच अंदाज घेणे हेच यशाचे रहस्य आहे. जो वर्तमानामध्ये भविष्याचा वेध घेऊ शकतो, तो भविष्यासाठी सर्वतोपरी सज्ज असतो.

माफ करणे मार्च ३

ईश्वराला फुले वाहणे ठीक आहे.

ईश्वराला समर्पित होणे अतिशय चांगले आहे.

सर्वांना क्षमा करून ईश्वराला निर्मळ मन समर्पित करणे उत्तम आहे.

मार्च ४

जेव्हा तुम्ही दुसऱ्याला माफ करता तेव्हा तुम्ही दुसऱ्यांना नव्हे, तर स्वत:ला मदत करता.

आसक्तीपासून मुक्ती मार्च ५

आसक्ती म्हणजे मोह, तृष्णा किंवा आकर्षण.

आसक्तीपासून मुक्ती म्हणजे दु:खापासून मुक्ती.

दु:खापासून मुक्त होणे म्हणजेच आनंदात सामावून जाणे.

मित्र मार्च ६

जर तुम्ही डोंगर चढत असाल, तर नेहमी तुमच्या पुढे असणाऱ्यांशीच मैत्री करा. कारण तेच तुम्हाला पुढे नेऊ शकतील.

मार्च ७

वाईट मित्रांपासून दूर राहणे चांगले आहे.
चांगल्या मित्रांच्या संगतीत राहणे योग्य आहे.
पण स्वत: चांगला मित्र, तेजमित्र बनणे अधिक उत्तम आहे.

मार्च ८

मैत्री मिळवण्यासाठी आधी स्वत: मैत्रीचा हात पुढे करावा लागतो.

फळ **मार्च ९**

'समज' हे बीज आहे,
ध्यान हे फळ आहे,
सत्य हे बीज आहे,
ईश्वराची आठवण हे फळ आहे.

परिपूर्णता **मार्च १०**

जेव्हा माणसामधील 'विश्वास' 'प्रेम' हे दोन सुप्त गुण जागृत होतात तेव्हाच त्याला परिपूर्ण वाटते.

द्या   मार्च ११

स्वत:वर संशय असणारा माणूस नेहमी द्यायला घाबरतो. तो नेहमी हिरावून घेण्याच्या मागे असतो आणि लवकरच द्वेष आणि ईर्ष्या या अवगुणांच्या आहारी जातो.

ध्येय   मार्च १२

आयुष्यामध्ये ध्येय प्राप्त झाल्यानंतर तुमचे भविष्यच नाही तर वर्तमानही बदलते. तुमच्या कार्याला एक नवीन उद्देश मिळतो आणि तुम्ही त्याची कार्यवाही अतिशय उत्साहाने करता.

मार्च १३

आपण जेवढे मोठे लक्ष्य ठेवू, तेवढी जास्त शक्ती निसर्ग आपल्याला प्रदान करतो.

जेवढे मोठे ध्येय, तेवढ्या जास्त प्रशिक्षणाची गरज शरीर, मन, आणि बुद्धीला असते.

मार्च १४

लक्ष्यावरील आपली दृष्टी ढळू देऊ नका. लहान लहान अडथळे तुम्हाला तुमच्या मार्गावरून जाण्यापासून थांबवू शकत नाहीत.

मार्च १५

जीवनाची दशा बदलायची असेल, तर दिशा बदला.
(ध्येयाकडे)

मार्च १६

जेव्हा तुम्हाला ध्येयदृष्टीचा विसर पडतो तेव्हा दु:ख निर्माण होते.

ईश्वर ### मार्च १७

ईश्वराला विश्वासाने नाही, अनुभवाने जाणा.

ईश्वराबद्दल विचार करून नव्हे, तर स्वत:ला विसरून ईश्वरप्राप्ती करा.

त्यानंतर तुम्ही केवळ आनंदीच नाही, तर 'आनंद' होऊन राहाल.

मार्च १८

ईश्वर तो आहे, जो 'काही नाही', ज्या मध्ये 'सर्वकाही' संभावना आहेत.

मार्च १९

विश्वातील सर्व धर्मांचे अस्तित्व म्हणजे ईश्वर, सत्याविषयीच्या कल्पनेची निष्पत्ती आहे.

तथापि, ईश्वर ही कल्पना नाही.

ते सर्वत्र व्यापलेले सत्य आहे.

सुवर्णसिद्धांत   मार्च २०

लोकांनी आपल्या बरोबर (जसे आपण आहोत- स्व) जसा व्यवहार करावा असे वाटते तसाच व्यवहार तुम्हीही त्यांच्याबरोबर करा.

चांगुलपणा   मार्च २१

चांगले दिसणे ही मनाची इच्छा आहे,
चांगले बनणे ही ईश्वराची इच्छा आहे.

कृपा   मार्च २२

आयुष्यामध्ये तुम्हाला किती तरी गोष्टी न मागता मिळतात ही कृपाच आहे.

गुरू आणि ईश्वर मार्च २३

ईश्वरकृपेने गुरू प्राप्त होतो.
गुरूकृपेने ईश्वरप्राप्त होतो.

गुरू मार्च २४

आंतरिक गुरूला जागृत करण्यासाठी बाहेरील गुरू तुमच्या आयुष्यात येतात.

सवयी मार्च २५

प्रथम माणूस सवयी बनवतो
नंतर सवयी माणसाला बनवतात.
त्यामुळे नेहमी चांगल्या सवयी
चांगले गुण अंगी बाणवा.

आनंद

मार्च २६

चेतनेची उच्च अवस्था प्राप्त होणे म्हणजेच उच्चतम आनंदात स्थापित होणे होय.

मार्च २७

आनंदी माणूस कधीच दुसऱ्याला दु:ख देऊ शकत नाही, फक्त दु:खी माणूसच तसे करू शकतो.

मार्च २८

प्रत्येक जीवामध्ये आनंद असतोच,

पण केवळ मानवच प्रत्येक क्षणी आणि हवा तेवढा त्याचा अनुभव घेऊ शकतो.

मार्च २९

आनंदित होणे ही सुद्धा एक प्रकारची विश्वसेवाच आहे.

मार्च ३०

गरीब व्यक्ती आनंदी असू शकते, परंतु
आनंदी व्यक्ती कधीही गरीब असू शकत नाही.

मार्च ३१

हातातून निसटून गेलेल्या गोष्टींतच रेंगाळून राहाल, तर कायम दु:खीच राहाल. पण काय मिळवलंय याकडे लक्ष केंद्रित केले, तर कायम आनंदी राहाल. आनंदी माणूस कधीच कोणाला दुखवत नाही.

एप्रिल

आनंद **एप्रिल १**

कार्य करताना ते कार्य पूर्ण होण्याची वाट न बघता ते सुरू असतानाच आनंदी राहायला शिका. जो ही कला शिकतो त्याला पूर्ण आयुष्याचे रहस्य समजते.

एप्रिल २
फक्त आनंदी व्यक्तीच इतरांना आनंद देऊ शकते.

एप्रिल ३
जितके जास्त आनंदी राहाल तितके आनंदाच्या स्रोताजवळ म्हणजेच स्वत:जवळ जाल.

एप्रिल ४
आनंद मिळवण्यासाठी कोणतेही औषध नाही, आनंद हेच औषध आहे.

एप्रिल ५

जेव्हा सुख येईल तेव्हा म्हणा, की हे येणारच होते. जेव्हा दु:ख येईल तेव्हा म्हणा ते तर जाण्यासाठीच आले आहे.

आनंदी विचार   एप्रिल ६

आनंदी विचार म्हणजे फक्त सकारात्मक विचार नाहीत तर असे विचार जे तुम्हाला इतर विचारांपासून मुक्त होण्यास मदत करतात.

आनंदी विचार ही माणसाच्या इच्छांमधील शुद्ध भावना आहे व ती त्याला सर्व इच्छांपासून मुक्त करते, अंती ही शुभ इच्छाही गळून पडते.

मेहनत   एप्रिल ७

प्रत्येक यशस्वी कलाकाराच्या यशाचे रहस्य म्हणजे सततचा सराव, मेहनत.

अयशस्वी कलाकाराच्या अपयशाचे कारण म्हणजे त्याचा आळस.

मेंदू आणि हृदय   एप्रिल ८

मेंदू आणि हृदय यांचा समतोल वापर करा.

मेंदूने विचार करा आणि हृदयाने अनुभव घ्या.

हृदय **एप्रिल ९**

दुसऱ्यांच्या डोळ्यांनी बघितल्याने काळजी मिळते.
स्वत:च्या डोळ्यांनी बघितल्याने विश्वास मिळतो.

वेळ आणि परिस्थितीच्या डोळ्यांनी बघितल्याने संधी मिळते.

हृदयाच्या नजरेने बघितल्यावर सत्य मिळते.

स्वर्ग आणि नरक **एप्रिल १०**

जेव्हा तुम्ही सत्याच्या मार्गाने जाता जेव्हा स्वर्गात असता.
जेव्हा तुम्ही सत्य नाकारता, तेव्हा नरकात असता.

मदत एप्रिल ११

जे लोक सर्व बंधनांपासून मुक्त असतात तेच दुसऱ्यांच्या मुक्तीसाठी मदत करू शकतात.

घाई एप्रिल १२

घाईमध्ये अमृताचेही विष होते. घाईमध्ये लोक टोकाला जातात आणि चुकीचे अनुमान लावून शेवटी दु:खच पदरात पाडून घेतात.

अज्ञान एप्रिल १३

अज्ञान हा तुमचा सर्वांत मोठा शत्रू आहे.
सत्याची समज हा तुमचा सर्वांत मोठा मित्र आहे.

कल्पना   एप्रिल १४

तुम्ही जशी कल्पना करता तसेच तुम्ही घडता.

जर तुमची कल्पना अस्पष्ट असेल, तर ती मानसिक त्रासाचे कारण बनते.

पण जर ती सुस्पष्ट असेल, तर प्रगतीची शिडी बनते.

अशक्य ते शक्य आहे   एप्रिल १५

यशस्वी लोकांच्या शब्दसंग्रहामध्ये 'अशक्य' हा शब्दच नसतो.

त्याऐवजी ते 'आव्हान' किंवा 'कठोर परिश्रम' या शब्दांचा उपयोग करतात.

एकात्मता

एप्रिल १६

बेलगाम घोडे हे रथ आणि सारथी या दोन्हींनाही उद्ध्वस्त करतात.

असे बेलगाम घोडे एकमेकांत लढत बसतात व एकमेकांची शक्ती क्षीण करतात.

नियंत्रित घोडे एकमेकांस मदत करून सारथ्याला यशाकडे नेतात.

'तुमची पंचेंद्रियेसुद्धा घोड्यांसमान असून, शरीर हा रथ आहे. म्हणूनच शरीराच्या या इंद्रियांना नियंत्रित करण्याची जबाबदारी उचला.

एकरूपता **एप्रिल १७**

जेव्हा तुम्ही तेच करता जे बोलता, तेच बोलता जो विचार करता, तोच विचार करता जो अनुभव घेता तेव्हा निर्सगातील सर्व शक्ती तुम्हाला मदत करण्यास एकत्र येतात व तेव्हा तुम्ही एकनिष्ट आणि विश्‍वासार्ह बनता.

आत्मनिरीक्षण **एप्रिल १८**

‘बाकीचे माझ्याबद्दल काय विचार करत असतील?’

हा विचार बाजूला ठेवून ‘तुम्ही तुमच्याबद्दल काय विचार करता,’ यावर विचार करा.

केवळ उपस्थित राहा   एप्रिल १९

केवळ उपस्थित राहून 'स्व'मध्ये स्थापित होणे हेच खरे सत्य आहे.

कर्म   एप्रिल २०

चुकीचे कर्म लोहाच्या बेड्या आहेत, तर चांगले कर्म सोन्याच्या बेड्या आहेत.

तुम्ही या दोन्हींच्या पलीकडे जाणे आवश्यक आहे. कारण दोन्ही कर्ताभाव आणि अज्ञान उत्पन्न करतात.

कर्म **एप्रिल २१**

ज्या कर्मात प्रेम, भावना, विद्वत्ता नसते, अशी कर्म कधीही बंधने निर्माण करीत नाहीत.

उलट या कर्माचे महाफळ आत्मसाक्षात्काराच्या रूपाने मिळते.

एप्रिल २२

आपल्याला कर्माची फळे मिळत नाहीत, तर
त्या कर्मामागे ज्या भावना असतात, त्यांची फळे मिळतात.

एप्रिल २३

कर्म करताना त्याच्या फळाकडे लक्ष देऊ नका.
नेहमी त्या कर्माकडे लक्ष द्या.

एप्रिल २४

जगात घडणाऱ्यां घटनांमध्ये सहभागी व्हा अथवा होऊ नका, पण कर्म केल्याशिवाय तुमची सुटका नाही.

पुढे जात राहा   एप्रिल २५

एकदा यश प्राप्त झाल्यानंतर यशस्वी माणूस त्या यशाने हुरळून जाऊन आराम करत बसत नाही, तर तो पुढील मार्ग शोधायला लागतो.

याचे दोन फायदे होतात- एक म्हणजे नवीन शक्यता समोर येतात आणि दुसरा, जिथे आहे तिथून खाली घसरण्याची शक्यता नाहीशी होते.

ज्ञान

एप्रिल २६

ईश्वर नेहमी रिकाम्या भांड्यामध्येच ज्ञान देतो.
म्हणून प्रथम तुमचे भांडे रिकामे करा.

एप्रिल २७

अज्ञान तुमच्या पृथ्वीवरील कार्ययोजनेच्या विरुद्ध दिशेस तुम्हाला घेऊन जाते.
ज्ञान तुम्हाला ते कार्य करण्याची प्रेरणा देते, जे कार्य करण्यासाठी तुम्ही पृथ्वीवर आला आहात.

एप्रिल २८

ज्ञान म्हणजे फक्त माहिती नाही,
ज्ञान ही अशी गोष्ट आहे, जी अनुभवातून प्रकट होते.

एप्रिल २९

तुमच्या मनाला शांत करते तेच खरे ज्ञान असते.

दिवा   एप्रिल ३०

एका प्रज्वलित दिव्यापासून कित्येक दिवे लावले जाऊ शकतात, विझलेल्या दिव्यापासून नाही.

मे

हास्य मे १

हास्य कुठल्याही रोगाला बरे करू शकते.

थोडेच असे लोक असतात जे दु:खातही हृदयापासून हसू शकतात.

मे २

हास्य हे केवळ मनातून अथवा ओठातून न येता ते हृदयातून आले पाहिजे.

दुर्मुखलेल्या शंभर लोकांनी केलेल्या कामापेक्षा एकाने हृदयापासून केलेले काम सरस ठरते.

दुसऱ्यांवर हसणे॥ मे ३

दुसऱ्यांवर हसणे जेवढे सोपे आहे
तेवढेच स्वतःवर हसणे अवघड आहे.

नेतृत्व॥ मे ४

परिपूर्ण नेता हा फक्त बोलतच नाही तर कार्ये कशी केली जातात हे प्रत्यक्ष क्रिया करून दाखवतो.

मे ५

परिपूर्ण नेता हा चांगला वाचक असतो, चांगला वक्ता असतो, तसेच चांगला श्रोताही असतो.

मे ६

एक चांगला लिडर एक चांगला अनुयायी असतो.

मे ७

खरा नेता तोच जो नेते तयार करतो, अनुयायी नाही.

मे ८

या पृथ्वीवर कित्येक लोक जन्माला आले आणि मृत्यू पावले, पण त्यांची आठवण कोणी ठेवते का? लोक त्याचंच स्मरण करतात, जे समाजाला सत्याच्या आणि आंतरिक आनंदाच्या मार्गावर घेऊन गेलेत.

मे ९

ज्याने खऱ्या अर्थाने स्वत:ला जाणले आहे, तोच खरा नेता.

कारण जो स्वत:ला जाणतो तोच प्रत्येकाला जाणू शकतो.

चुकांपासून शिकणे मे १०

जोपर्यंत तुम्ही तुमच्या आयुष्यात घडलेल्या चुकीच्या घटनांपासून काही शिकत नाही तोपर्यंत त्या घटना तुमच्या आयुष्यात पुन:पुन्हा घडत राहणार.

जीवनाचा पाठ मे ११

तुमचे वय किती आहे अथवा तुम्ही किती जग बघितलंय हे महत्त्वाचे नाही.

महत्त्वाचे हे आहे, की जीवनात घेतलेले किती धडे तुमच्या लक्षात आहेत.

सुस्ती मे १२

सुस्ती तुम्हाला तुम्ही जे करू शकता त्यापासून थांबवते. सुस्ती तुमची ताकद झोपेमध्ये घालवते.

मान्यतांपासून मुक्ती   मे १३

शंभर वर्षे मान्यतांच्या अज्ञानात जगण्यापेक्षा एक दिवस सत्यामध्ये जगलेले चांगले.

जन्म-मृत्यूपासून मुक्ती   मे १४

जन्मापासून मृत्यूपर्यंत जे करणे आवश्यक आहे ते सर्व पूर्ण करा.

जेव्हा तुम्ही परिपूर्ण व्हाल, तेव्हा जीवन-मृत्यूच्या चक्रातून मुक्त व्हाल.

बंधनापासून मुक्ती   मे १५

तुम्हाला कोणीही बंधनमुक्त करू शकत नाही, कारण तुम्ही आधीपासूनच मुक्त आहात.

बंधनाचा विचार ही एक प्रकारची मान्यताच आहे. या विचारापासून मुक्त होणे हीच खरी मुक्ती आहे.

अहंकारापासून मुक्ती   मे १६

शरीराचे संरक्षण होईल व ते स्वतःची अभिव्यक्ती करू शकेल इतकीच आसक्ती शरीराशी ठेवा. शरीराला 'मी' चिकटला, की तो दुःखाचे कारण बनतो.

यांत्रिकतेपासून मुक्ती   मे १७

प्रत्येक अवस्थेत योग्य प्रतिसाद निवडीच्या स्वातंत्र्याचा वापर करून खरा आनंद मिळवणे हेच जीवनाचे ध्येय आहे. जेव्हा तुम्ही तुमच्या वृत्ती आणि चुकीच्या सवयींपासून मुक्त व्हाल तेव्हाच योग्य प्रतिसादाची निवड करता येईल.

चुकीच्या सवयींपासून मुक्ती   मे १८

जेव्हा तुम्ही सगळ्यांमध्ये फक्त गुण पाहायला लागता तेव्हाच तुम्ही तुमच्या चुकीच्या सवयींपासून मुक्त होता.

पूर्वग्रहित मान्यतांपासून मुक्ती मे १९

कोळी हा त्याने विणलेल्या जाळ्यात स्वत:च अडकतो. तसेच मानवी मनही स्वत:च निर्माण केलेल्या विश्वात पूर्वग्रहदूषित भ्रामक कल्पनांच्या जाळ्यात अडकून संभ्रमाच्या चिखलात पडतं.

विचारांपासून मुक्ती मे २०

जिथे नकारात्मक विचार थांबतात तिथूनच सकारात्मक विचार सुरू होतात.

जिथे सकारात्मक विचार थांबतात तिथून आनंदी विचार सुरू होतात.

जिथे आनंदी विचार थांबतात तिथून निर्विचार अवस्था प्रकट होते...जी आत्मसाक्षात्काराकडे घेऊन जाते.

शब्दांपासून मुक्ती   मे २१

शब्द कुल्फीच्या काडीप्रमाणे असतात.

ज्याप्रमाणे आपण कुल्फी खाल्ल्यावर त्यातील काडी टाकून देतो त्याचप्रमाणे ज्ञान ग्रहण केल्यावर शब्दही सोडून दिले पाहिजेत.

मुक्ती   मे २२

कर्म, ज्ञान आणि भक्ती यांचा समन्वय बंधनापासून मुक्ती मिळण्यास मदत करतो.

खरी समज सांगते, की हे तीन वेगवेगळे मार्ग नसून एकाच ठिकाणी पोहोचायचे वेगवेगळे रस्ते आहेत.

असत्य

मे २३

एक असत्य, प्रसरण पावत तुमच्यातील ऊर्जा नष्ट करून टाकते, तर एक सत्य हळूहळू तुमच्या मनात रुजत जाऊन ऊर्जा निर्माण करते.

जीवन

मे २४

जीवनात येणाऱ्या धक्क्यांचे स्वागत करा. कारण ते तुम्हाला काही तरी शिकवण्यासाठी येतात. जीवन हे धक्के देऊन शिकवत असते.

मे २५

जिथे प्रकाश असतो तिथे अंधार राहू शकत नाही.
जिथे जीवन असते तिथे मृत्यू येऊ शकत नाही.

मर्यादा
मे २६

मर्यादा अभिव्यक्तीचे साधन आहे.
जर मर्यादा नसत्या, तर अभिव्यक्ती झालीच नसती.
रेल्वेरुळाची मर्यादा ही रेल्वेच्या प्रवासाच्या अभिव्यक्तीसाठी कारणीभूत ठरते.

मे २७

आयुष्याचा खेळ सुंदर आणि आनंददायी होण्यासाठीच मर्यादा असणे आवश्यक असते.

प्रेम
मे २८

जर तुमच्या प्रेमामध्ये ताकद असेल, तर स्वत:ला बदलणे सोपे आहे.

प्रेम हा माणसाच्या सर्व व्याधींवर रामबाण उपाय आहे.

माणूस जर आपल्या प्रेमाशी एकरूप असेल, तर तो कितीही मोठ्या अडचणींतून सहज उभा राहू शकतो.

स्व-संवादाची जादू

मे २९

जिवंत राहणे ठीक आहे,

पवित्र जीवन प्राप्त करणे चांगले आहे,

उत्तम जीवन जाणून जीवनच बनणे सर्वोत्तम आहे.

जीवन बनण्यासाठी व उत्तम जीवन जगण्याची कला शिकण्यासाठी, आपल्याला स्वसंवादाची जादू शिकायला हवी.

जेव्हा आपण जाणीवपूर्वक, समजपूर्वक सकारात्मक स्वसंवाद करतो, तेव्हा अनेक दु:खांपासून वाचतो आणि आलेल्या दु:खांना विलीन करण्याची शक्ती प्राप्त करतो.

स्व-संवादाची जादू मे ३०

समज, गैरसमज, मान्यता चुकीच्या स्वसंवादामुळे निर्माण होतात.

मनाच्या अनुमानामुळे स्वसंवाद बदलतो,

स्वसंवादामुळे दृष्टिकोन बदलतो,

दृष्टिकोनामुळे माणूस बदलतो आणि माणसामुळे विश्व बदलतं.

भोजन मे ३१

भोजन घेणे हे एक पवित्र कर्म आहे.

त्याकडे चाकोरीच्या दृष्टिकोनातून न पाहता,

पूजा म्हणून पाहा.

जून

यांत्रिकता   जून १

जेव्हा माणसाला हे जाणवते, की तो एक यांत्रिक जीवन जगतोय, त्याच वेळेस त्याची यांत्रिकता तुटण्यास सुरुवात होते.

तो जागरुक होऊन पुन्हा प्रेमाचे आणि आनंदाचे जीवन जगण्यास सुरुवात करतो.

ध्यान   जून २

एकाग्रता हा मनाचा व्यायाम आहे,

ध्यान मनाचा आराम आहे.

जून ३

जगातील सर्व कामे मनाच्या मदतीने होत असतात. ध्यान ही एकच अशी गोष्ट आहे, जी मनाच्या अनुपस्थितीत होते.

जून ४

'मी' शरीराच्या आत असून, त्याबाहेर नाही असे तुम्ही मानत असाल, तर मेडिटेशनद्वारे ही मान्यता तुटेल.

जून ५

'जे तुम्ही नाही' ते नाहीसे होणे म्हणजे ध्यान.
तुम्ही 'जे आहात' ते जागृत होणे म्हणजेही ध्यान.

जून ६

जर आपण ध्यान केले, तर 'समज' प्राप्त होईल, ही एक मान्यता आहे.
प्रथम 'समज' आली की ध्यान आपोआप होईल.
'समज' बीज आहे, तर 'ध्यान' फळ आहे.

जून ७

ध्यानामध्ये मनाला समर्पण करण्याची कला अवगत होते (अहंकार).

मनाचे समर्पण हे तुम्हाला स्वातंत्र्य देते, बंधन नाही.

जून ८

स्व-ध्यानामध्ये अनुभवकर्ता हा अनुभव बनून अनुभवात स्थापित होत असतो.

जून ९

ध्यानावस्थेत स्थापित होण्याने मिळणारे फळ हे ध्यान होऊन राहण्याइतके महत्त्वाचे नसते.

जून १०

संपत्ती हा मार्ग आहे, ध्येय नाही.
ध्यान हे ध्येय आहे मार्ग नाही.
संपत्ती ही सर्व काही आहे, तरीही काहीही नाही.
ध्यान हे काहीही नाही, तरीही सर्व काही आहे.

मन जून ११

मन एक भ्रम आहे.

त्याचं अस्तित्व फक्त विचारांद्वारेच जाणवते.

जर तुम्हाला मनावर प्रभुत्व मिळवायचे असेल, तर विचारांच्या मुळाशी जा.

या प्रक्रियेमध्ये तुम्ही न-मन अवस्थेस पोहोचाल.

जून १२

जग हे तुमच्या मनाचे प्रतिबिंब आहे. तुमचे विचार बदला, जगही बदलेल.

जून १३

तुमचा आनंद हा मनाच्या अवस्थेवर अवलंबून असतो, तुमच्या जगातील स्थानावर नाही.

आरसा   जून १४

आरसा सर्वांचे सत्य सांगू शकतो, परंतु स्वत:च्या मागे काय आहे, हे त्याला माहीत नसते. तद्वत माणूसही स्वत:ला सोडून इतर प्रत्येक गोष्ट जाणण्यात मग्न असतो.

पृथ्वी लक्ष्य जून १५

जोपर्यंत तुमचे मन अकंप, प्रेमळ, शुद्ध, आज्ञाकारी आणि एकाग्र बनत नाही तोपर्यंत पृथ्वीवर येण्याचा तुमचा हेतू सफल होत नाही.

चुका जून १६

भरपूर चुका करा,
परंतु प्रत्येक वेळेस जी चूक कराल ती नवीन असेल याची काळजी घ्या.

प्रतिमा   जून १७

प्रत्येक माणसाचे इतरांपासून वेगळे असे स्वतःचे जग असते, एक वेगळी प्रतिमा असते.

ज्याच्या त्याच्या प्रतिमेप्रमाणे ती व्यक्ती बोलत अथवा वागत असते.

म्हणून जेव्हा तुम्ही लोकांशी व्यवहार कराल तेव्हा त्यांना चुकीचे सिद्ध न करता ते बरोबर कसे असतील, हे पाहण्याचा प्रयत्न करा.

पैसा जून १८

काही लोक पैशाचे मालक असतात, तर काही लोक पैशाचे गुलाम असतात.

पैशाला तुमच्या जीवनावर राज्य करू देऊ नका, तर तुम्ही पैशाचा सदुपयोग करा.

जून १९

काही लोक पैसा हा देव आहे असे मानतात, तर काही लोक पैसा हा दानव आहे, असे मानतात.

दोन्ही प्रकारचे लोक अज्ञानी आहेत.

पैसा फक्त देवाण-घेवाणीचं माध्यम आहे.

त्याची देव किंवा दानवाशी तुलना करू नका.

माणसाची हाव आणि द्वेषच पैशाला चांगले किंवा वाईट बनवतो.

जून २०

आपण पैशाचा वापर केला पाहिजे, पैशाने आपला वापर करता कामा नये. पैसा ईश्वराची देणगी तेव्हा ठरतो जेव्हा तो सत्याबरोबर जोडला जातो.

मनाचा कल (मूड)   जून २१

आपल्या मनाच्या कलाने वागू नका.

त्याला आपल्या कलाने वागवा. त्याचा मालक व्हा.

जून २२

योग्य भावना (मूड) येण्याची वाट बघू नका.

कार्य करायला सुरुवात करा, मूड आपोआपच येईल.

निर्सगाचा नियम **जून २३**

जसा तुम्ही विचार करता, तसे तुम्ही बनता.

जून २४

सर्वोत्तमला सर्वोत्तम द्या, म्हणजे सर्वोत्तम मिळेल.

जून २५

तुम्ही ज्यासाठी धन्यवाद द्याल ते तुमच्या आयुष्यात वाढते.

जून २६

प्रत्येक माणसामध्ये गुण-दोष असतातच.

तुम्ही त्यांच्यातील गुण पाहणार की दोष, तुमची इच्छा. तुम्ही ज्याची इच्छा कराल ते तुमच्या आयुष्यात हजारपट वाढून येईल.

जून २७

तुम्ही पहिल्यांदा द्यायला पाहिजे त्यानंतरच तुम्हाला मिळेल.

तुम्हाला जे हवे आहे ते इतरांना मिळण्यासाठी मदत करा.

जून २८

ज्याप्रमाणे प्रकाशाच्या ठायी अंधार टिकू शकत नाही, त्याप्रमाणे जिथे संपूर्ण जीवन आहे तिथे मृत्यू असूच शकत नाही.

जून २९

जेव्हा तुम्ही उच्च गोष्टींसाठी ग्रहणशील होता तेव्हा त्या गोष्टी तुमच्या जीवनात यायला लागतात.

संधी   जून ३०

मृत्यूपूर्वीच तुमच्या जीवनाचे ध्येय प्राप्त करा. संधी दृष्टिआड जाण्याआधी ती साधणे आवश्यक आहे.

जुलै

संधी **जुलै १**

प्रत्येक घटना एक तर संधी असते किंवा समस्या असते.

तुम्ही जर जागृत असाल, तर प्रत्येक घटना ही तुमच्यासाठी संधी असेल.

तुम्ही जर बेहोशीत असाल, तर संधीसुद्धा समस्या बनू शकते.

जुलै २

प्रत्येक समस्या, प्रत्येक शंका, प्रत्येक त्रास हा दु:खाच्या वेषात येणारी एक संधीच असते.

या संधींवर नजर ठेवा व वृत्तींमध्ये अडकू नका.

जुलै ३

आळस आणि संधी या अंधार आणि उजेडाप्रमाणे असतात. जेव्हा आळस येतो तेव्हा संधी पळून जाते.

जुलै ४

जर मन अशुद्ध, बुद्धी गंजलेली आणि शरीर अनियंत्रित असेल, तर तुम्ही प्रत्येक संधी गमवाल.

जुलै ५

दिवसभरामध्ये बऱ्याच वेळा तुम्हाला इतरांमधील दोष दिसतील, पण असे फार थोडे प्रसंग येतील ज्यामध्ये तुम्हाला इतरांमधील गुण दिसतील.

परंतु अशा क्षणांची वाट न पाहता असे प्रसंग निर्माण करा, ज्यामध्ये तुम्हाला दुसऱ्यांचे केवळ गुणच दिसतील.

जुलै ६

जेव्हा तुमच्या जीवनात एखादा प्रसंग घडेल तेव्हा म्हणा - हे तेच आहे, ज्याची मला जीवनात गरज आहे.

भूतकाळ जुलै ७

भूतकाळाला विसरा. तो वाईट आहे यासाठी नाही, तर तो मृत आहे म्हणून.

दृष्टिकोन जुलै ८

प्रत्येकाचे जग वेगळे असते.

एकाच वस्तूकडे पाहण्याचा दोन माणसांचा दृष्टिकोन त्यांच्या पूर्वग्रह, कल्पना व मतानुसार वेगवेगळा असू शकतो.

निरीक्षणशक्ती   जुलै ९

माणसाला निरीक्षणाची एक अद्भूत शक्ती प्राप्त आहे. तुम्ही ज्याचे निरीक्षण कराल ते तुमच्या आयुष्यात यायला लागते. म्हणूनच नेहमी गुणांचे निरीक्षण करा, ज्यामुळे तुम्हाला ध्येय गाठायला मदत होईल.

सराव   जुलै १०

तुम्हाला जर डोंगर हलवायचे असतील, तर प्रथम दगड हलविण्याचा सराव करा.

स्तुती   जुलै ११

जेव्हा लोक तुमची स्तुती करतात तेव्हा तुम्हाला चांगले वाटते आणि जेव्हा ते दुसऱ्यांची स्तुती करतात तेव्हा वाईट वाटत असेल, तर याचा अर्थ तुम्ही लोकव्यवहार शिकला नाहीत.

प्रार्थना आणि विश्वास   जुलै १२

निसर्गामध्ये प्रार्थना आणि विश्वासबीज हे दोन्ही एकसारखे असतात. दोघांच्या आतमध्ये काहीही नसते, पण सर्व काही निर्माण करण्याची संभावना असते.

प्रार्थना

जुलै १३

आनंद आणि दु:ख अशा दोन्ही प्रसंगांमध्ये तुमच्या आतमधून प्रार्थना निघते का?

जुलै १४

विश्वातील सर्व माणसांनी जर एकाच वेळी एकाच जागी एकत्रितपणे दोन मिनिटे प्रार्थना केली, तर जागतिक युद्धही टाळले जाऊ शकते.

जुलै १५

तुम्ही जर एकाग्रतेने व मनापासून प्रार्थना करायची सवय लावलीत, तर लवकरच तुमच्या जीवनात आश्चर्यकारक परिवर्तने पाहायला मिळतील.

जुलै १६

तुम्हाला जर प्रार्थनेमध्ये काही मागायचेच असेल, तर देवच मागा.

जुलै १७

प्रार्थना करण्यास कधीही उशीर होत नाही.

जुलै १८

प्रार्थनेमुळे विश्वास जागृत होतो
विश्वास तुम्हाला प्रार्थना करण्यास मदत करतो.

जुलै १९

भक्तिभावाने केलेल्या प्रार्थनेची उत्तरे लगेचच मिळतात.
तुमची कृती ही तुमच्या प्रार्थनांचा परिणाम असते.

जुलै २०

प्रार्थना ही एक अशी उच्चतम शक्ती आहे,
जी माणसाला समस्या येण्याआधीच मिळाली आहे.

जुलै २१

आयुष्यातील सर्व समस्यांवर 'प्रार्थना' हे अदृश्य असे समाधान आहे.
एकदा मनोभावे प्रार्थना केल्यानंतर तुम्हाला समस्या सोडवाव्या लागत नाहीत.
तुम्हाला त्या आपोआप सुटताना दिसतील.

जुलै २२

'प्रार्थना' हा प्रश्न नाही, उत्तर आहे.

जुलै २३

जेव्हा तुम्हाला दोरी ही सापासारखी दिसेल तेव्हा काठीसाठी प्रार्थना करा. जर तुम्हाला दोरी ही दोरीच आहे, हे ओळखायचे असेल तर बॅटरीसाठी प्रार्थना करावी लागेल.

जुलै २४

जेव्हा कधी तुम्ही गोंधळून जाल तेव्हा म्हणा- मी आता आनंदी आहे, कारण मी माझी समस्या आता ईश्वराच्या स्वाधीन केली आहे आणि ईश्वर तिची काळजी घेत आहे.

जुलै २५

भूतकाळ बदलता येत नाही
वर्तमानकाळापासून पळता येत नाही.
वर्तमानात अशा काही गोष्टी केल्या जाऊ शकतात,
ज्यामुळे भविष्य घडवता येईल.

जुलै २६

भूतकाळ संपलेला आहे, भविष्यकाळ अजून आलेला नाही, 'आता' वर्तमान आहे आणि हेच सत्य आहे.
वर्तमानातच खरा आनंद आहे. आता आणि इथेच.
खरेतर वर्तमान हाच पूर्ण आनंद आहे.

पूर्वानुमान जुलै २७

कुठल्याही परिस्थितीत पूर्वानुमान लावू नका.

समस्या जुलै २८

सर्व समस्या या डोक्यामध्ये निर्माण होतात आणि त्यांचे समाधानही तिथेच असते.

जुलै २९

समस्या निर्माण करणारे बनू नका.
समस्या सोडवणारे बना.

जुलै ३०

प्रत्येक समस्येचे समाधान असतेच.

फळातच त्याचे बीज असते. समस्यांमुळे संधी व आव्हाने यांचे दरवाजे उघडतात, तसेच त्यातून काही शिकायलाही मिळते. आपल्याला मिळणाऱ्या संधींचा शोध घ्या.

जुलै ३१

समस्येकडे समस्या म्हणून बघायचे की संधी म्हणून बघायचे, हे पूर्णपणे तुमच्यावर अवलंबून असते.

ऑगस्ट

समस्या ऑगस्ट १

जी समस्या तुम्हाला मारून टाकत नाही,
ती तुम्हाला कणखर बनवते.

ऑगस्ट २

जी गोष्ट तुम्हाला सर्वांत जास्त त्रास देते, खरेतर तीच गोष्ट तुम्हाला अनुभवामध्ये स्थापित करण्यास सर्वांत महत्त्वाचे माध्यम बनते.

ऑगस्ट ३

तुमच्या जीवनातील घटनांना समस्या समजणे हीच समस्या आहे.

प्रगती   ऑगस्ट ४

'दुसऱ्यांच्या प्रगतीत आनंदित होणे, म्हणजेच स्वत:च्या प्रगतीचा मार्ग खुला करणे,' हा निसर्गनियम आहे. दुसऱ्यांच्या प्रगतीने दु:खी होणे म्हणजे स्वत:च्या आनंदात अडथळा आणण्यासारखे आहे.

वेळेचा सदुपयोग   ऑगस्ट ५

आपल्याला वाटते की आपण काळाला मागे टाकतोय, पण खरे तर काळच आपल्याला मागे टाकत असतो.

ऑगस्ट ६

ठरवलेले काम वेळेवर पूर्ण करणे म्हणजेच वेळेचा सदुपयोग होय. जे लोक आजचे काम उद्यावर आणि उद्याचे काम परवावर ढकलतात ते स्वत:साठी समस्यानांच आमंत्रण देतात.

प्रतिक्रिया ऑगस्ट ७

प्रत्येक क्रियेवर प्रतिक्रिया ही असतेच.
हा जीवनाचा नियम आहे.

साक्षात्कार   ऑगस्ट ८

आत्मविकासाची सुरुवात स्वतःला जाणण्यापासून (व्यक्तिगत 'मी') होते आणि शेवटही स्वतःला जाणण्यातूनच (अव्यक्तिगत 'मी') होतो.

इलाज   ऑगस्ट ९

अज्ञान हा रोग आहे.
समज हा उपाय आहे.
बेहोशी ही समस्या आहे
स्व-ध्यान समाधान आहे.

विरोध
ऑगस्ट १०

दुःख ही परिस्थितीला प्रतिरोध (अस्वीकार) केल्याची निष्पत्ती आहे.

जेवढ्या जास्त मान्यता आणि वृत्ती, तेवढा जास्त विरोध होतो.

प्रतिसाद
ऑगस्ट ११

प्रतिसादनिवडीचे स्वातंत्र्य हेच उच्चतम स्वातंत्र्य.

जबाबदारी   ऑगस्ट १२

जसजशी तुम्ही जबाबदारी घेऊ लागाल तसतसे तुम्ही स्वतंत्र होत जाल आणि लोकही तुम्हाला सहकार्य करतील.

जेव्हा तुम्हाला अनेक लोकांचे सहकार्य लाभते तेव्हा तुम्ही मोठे निर्णय आणि जबाबदाऱ्या घेऊ शकता.

ऑगस्ट १३

जर तुम्ही जबाबदाऱ्या स्वीकारणे टाळलेत, तर तुम्ही कायम गुलामगिरीत जगाल.

जबाबदारी न घेण्याचं सर्वांत मोठं नुकसान म्हणजे स्वत:चे स्वातंत्र्य गमावणे होय.

ऑगस्ट १४

जबाबदारी घेणे हे ओझे नाही.
ती एक प्रकारे स्वातंत्र्याची घोषणा आहे.

स्वातंत्र्य (भारताचा स्वातंत्र्यदिन) ऑगस्ट १५

स्वातंत्र्यदिन हा आपल्यासाठी खरे स्वातंत्र्य काय, यावर पुनर्विचार करण्यास आठवण करून देणारा दिवस आहे.

जबाबदारी ऑगस्ट १६

जेव्हा तुम्ही स्वत:च्या दु:खाची जबाबदारी घेता, त्या वेळी दुसऱ्यांविषयी तक्रार करायचे थांबता.

भूमिका

ऑगस्ट १७

दुसऱ्यांनी काय केले पाहिजे, यावर विचार करण्यात तुमचा वेळ वाया घालवू नका. तुम्ही तुमची भूमिका उत्तम बजावा, सर्व जण तुमचे अनुकरण करतील.

ऑगस्ट १८

जग हे एक नाट्य गृह आहे. यात प्रत्येक जण आपापली भूमिका बजावत आहे. तुम्ही तुमची भूमिका उत्तम तऱ्हेने करा, सर्व काही उत्तम होईल.

संपत्तीचा नियम ऑगस्ट १९

संपत्तीला आपल्या घरात प्रवेश द्या.

डोक्यात नको; आणि हृदयात तर अजिबात नको.

कारमध्ये नक्की बसा, पण स्वत:ला कार मानू नका.

कारला तुमच्यापेक्षा मोठे होऊ देऊ नका.

तुम्हाला जर हे शक्य नसेल तर कारची इच्छा सोडून द्या.

बचत ऑगस्ट २०

थेंबे थेंबे तळे साचे.

छोट्या बचतीचे महत्त्व कमी समजू नका.

जीवनाचे रहस्य ऑगस्ट २१

तुम्ही तुमचे अर्ध आयुष्य, 'उरलेले आयुष्य कसे जगायचे' हे जाणण्यासाठी खर्च करू शकता का?

ऑगस्ट २२

आनंद, उत्साह, समाधान याविषयी अनेक जण बोलतात, पण फार थोडे जण जाणतात की हे सर्व बाह्य गोष्टीमध्ये नसून मनात असते, 'समजेमध्ये' असते.

यशाचे रहस्य

ऑगस्ट २३

सराव- हे प्रत्येक कलाकाराच्या यशाचे रहस्य आहे.
आळस- हे प्रत्येक कलाकाराच्या अपयशाचे रहस्य आहे.

ऑगस्ट २४

कठीण आणि कंटाळवाणी कामे आधी पूर्ण करा, आवडणारी कामे तुम्ही कधीही पूर्ण करू शकता.

ऑगस्ट २५

तुम्हाला जसे बनायचे आहे तशा प्रकारच्या लोकांच्या सहवासात राहा.

ऑगस्ट २६
निरंतरता हीच यशाची किल्ली आहे.

ऑगस्ट २७
प्रत्येक लहान कार्य तुमच्या यशाच्या दिशेने एक पाऊल असते.
तुम्ही केलेल्या लहान लहान कामांना कमी समजू नका.
त्यांना एकत्रित तुमच्या जीवनाच्या ध्येयाच्या दिशेत आणा.

ऑगस्ट २८

तुमचे मन जर 'खूप काम आहे' अशी तक्रार करीत असेल तर त्याला एक छोटेसे रहस्य सांगा-

'थोडेसेच कर, पण आजच कर.'

छोटीशी सुरुवात करा, परंतु आजच करा व पुढे ती चालू ठेवा.

ऑगस्ट २९

आज जे करताय ते सर्वोत्तम करा,

काल जे केले त्यातून शिकवण घेऊन बाकी विसरून जा अशाप्रकारे भविष्यात तुम्ही जे काही कराल ते सर्वोत्तमच असेल, असा विश्वास बाळगा.

जिंकण्याचे रहस्य   ऑगस्ट ३०

पराजयाकडून पराजित होऊ नका. तुम्ही जर पराभवासमोर पराभूत झाला नाही, तर नेहमी विजयी व्हाल.

आत्मपरीक्षण   ऑगस्ट ३१

तुम्ही दुसऱ्यांबद्दल जसा विचार कराल तसाच विचार ते तुमच्याबद्दल करतील.

सप्टेंबर

स्वत:ला सूचना देणारी वाक्ये या पूर्ण महिन्यात म्हणावयाची आहेत.

स्वसंवाद — सप्टेंबर १

'जी समस्या मला मारू शकत नाही ती मला कणखर बनवत असते.'

स्वसंवाद — सप्टेंबर २

'यश मिळवणे माझ्यासाठी सहज आहे. जीवनाचे माझ्यावर प्रेम आहे, म्हणून जीवन मला यशस्वी बनवेलच.'

स्वसंवाद   सप्टेंबर ३

'माझ्या जीवनाचा प्रत्येक क्षण खूपच सुंदर आहे. मी प्रत्येक क्षणी, प्रत्येक वेळी स्वत:वर प्रेम करून स्वत:चा स्वीकार करतो.'

स्वसंवाद   सप्टेंबर ४

'सर्व लोक चांगले आणि माझ्याशी मैत्रीचे संबंध ठेवणारे आहेत. उत्तम जीवनाबरोबर माझे सूरताल कायम आहेत.'

स्वसंवाद   सप्टेंबर ५

'ईश्वर आजारी पडत नाही, त्यामुळे मीही आजारी पडू शकत नाही.'

स्वसंवाद   सप्टेंबर ६

'मी पूर्णपणे ग्रहणशील आहे. कोणत्याही प्रकारचा विरोध करणे मला जमत नाही. प्रेमाने आणि आदराने मी माझ्या जीवनाला जिंकले आहे.'

स्वसंवाद   सप्टेंबर ७

'मी ईश्वराच्या रचनेचा अंश आहे, त्यामुळे कोणत्याही रचनात्मक आणि सर्जनशील कामामध्ये नेहमी भाग घेतो.'

स्वसंवाद — सप्टेंबर ८

'मी नेहमी जीवनाच्या केंद्रस्थानी राहतो. मी जे पाहतो त्या प्रत्येक गोष्टीला मी केंद्रातून (हृदयापासून) स्वीकारतो.'

स्वसंवाद — सप्टेंबर ९

'मी पूर्ण आहे. पूर्णत्वाकडून प्रत्येक काम पूर्ण व वेळेवर होते.'

स्वसंवाद — सप्टेंबर १०

मी उत्साही असून, माझ्यात बदल घडवून आणण्यास, यश मिळवण्यास व माझे भवितव्य घडवण्यास उत्सुक आहे.

स्वसंवाद   सप्टेंबर ११

'मी निंदेपासून मुक्त आहे. मी तक्रार करणे आणि आरोप करणे सोडून दिले आहे. वातावरणानुसार मी स्वत:ला बदलू शकतो. माझ्या जीवनास दिव्य मार्गदर्शन मिळत असल्यामुळे मी सतत पुढे जात आहे.'

स्वसंवाद   सप्टेंबर १२

'मी ईश्वराची दौलत आहे, त्यामुळे कोणतीही वाईट गोष्ट मला स्पर्श करू शकत नाही.'

स्वसंवाद **सप्टेंबर १३**

‘मी जसा आहे त्यात आनंदी आहे. माझे शरीर जसे आहे तसे मला स्वीकारार्ह आहे, कारण माझे शरीर म्हणजे माझा मित्र आहे.’

स्वसंवाद **सप्टेंबर १४**

‘मी संपूर्ण जीवनाशी एकरूप आहे. कोणतीही अपराधभावना माझ्या मनात नाही. मी स्वत:ला माफ केलं आहे.’

स्वसंवाद **सप्टेंबर १५**

मी तेजस्वी आहे, माझा उत्साह कधीही कमी होत नाही, मी काळजी करणे सोडून दिले आहे.

स्वसंवाद   सप्टेंबर १६

'मी जुन्या विचारांना, सवयींना सोडून नवीन उत्तम जीवन जगण्यास तयार आहे.

मी स्वच्छंदपणे आपल्या गुणांना अभिव्यक्त करीत आहे.'

स्वसंवाद   सप्टेंबर १७

''जीवनाच्या कार्यशक्तीवर माझा पूर्ण विश्वास आहे.

जी कार्यशक्ती समुद्रातल्या छोट्या प्राण्यांचीही काळजी घेते, ती शक्ती माझीसुद्धा काळजी घेत आहे.'

स्वसंवाद — सप्टेंबर १८

'मी माझे अनुभव प्रेमाने, आनंदाने आणि सहजपणे सांभाळतो.

माझ्या स्वसंवादामध्ये आणि हातामध्ये जादू आहे.'

स्वसंवाद — सप्टेंबर १९

'मी प्रत्येक वेळी माझ्या भावना पूर्णपणे व्यक्त करतो, कारण भावना व्यक्त करणे नेहमी सुरक्षित असते.'

स्वसंवाद — सप्टेंबर २०

'उत्तम जीवनावर माझा विश्वास आहे. त्यामुळे भीती आणि असुरक्षितता हे माझ्यासाठी केवळ एक विचार आहेत. ते माझ्यावर काहीही परिणाम करू शकत नाहीत. मी पूर्णपणे सुरक्षित आहे.'

स्वसंवाद   सप्टेंबर २१

'मी प्रत्येक काम परिपूर्णच करण्याच्या तणावाला मुक्त करतो. योग्य वेळी योग्य काम माझ्याकडून सहजतेने पूर्ण होते.'

स्वसंवाद   सप्टेंबर २२

'ज्या गोष्टींची मला आवश्यकता नाही त्या गोष्टी माझ्या जीवनातून मी सहजपणे मुक्त करू शकतो.

सर्व मान्यतांपासून मी मुक्त आहे.

मला ज्या रोगांची आवश्यकता नाही ते रोग माझ्या शरीरातून बाहेर पडत आहेत.'

स्वसंवाद सप्टेंबर २३

'मी सर्वांशी प्रेमाने आणि आदराने बोलतो.
मी केवळ आनंद, ज्ञान आणि प्रेम इतरांना देऊ इच्छितो.'

स्वसंवाद सप्टेंबर २४

'प्रेमामुळे जीवनातील सर्व रोगांपासून मुक्ती मिळू शकते.
त्यामुळे मी नेहमी सर्वांवर प्रेम करतो. मी ईश्वराचे मूल
असल्यामुळे सर्वांना नेहमीच माफ करतो आणि मलाही
सर्व जण माफ करतात.'

स्वसंवाद　　　　　　　　　　सप्टेंबर २५

'या जगामध्ये रोज चमत्कार घडतात. आता मी दिव्य अनुभव स्वीकार करीत आहे. मी जुन्या स्वसंवादाची भाषा संपवून त्या दिव्यशक्तीस माझ्यावर काम करायला देत आहे, जी दिव्य शक्ती चंद्र, सूर्य, ताऱ्यांवरही काम करते तीच शक्ती माझ्यावरही पूर्णपणे काम करत आहे.'

स्वसंवाद　　　　　　　　　　सप्टेंबर २६

'माझे हृदय पूर्णपणे प्रेमाने भरलेले आहे. मी सर्वांबरोबर आनंदाने नाचून-गाऊन अभिव्यक्ती करू शकतो.'

स्वसंवाद — सप्टेंबर २७

'माझे मन म्हणजे मी नाही. माझे मन माझे शस्त्र आहे आणि मी म्हणजे शस्त्र नाही.

माझे शरीर म्हणजेही 'मी' नाही. माझे शरीर माझा मित्र आहे.'

स्वसंवाद — सप्टेंबर २८

'निसर्गाने मला प्रत्येक गोष्टीशी लढण्याची शक्ती दिली आहे.

मी प्रत्येक अनुभव निराश न होता घेऊ इच्छितो.

माझ्याकडे उत्साह आणि ऊर्जा भरपूर आहे.'

स्वसंवाद   सप्टेंबर २९

'माझ्या जीवनात नेहमी तेजकर्म घडतात.
मला प्रत्येक अनुभवातून केवळ चांगल्याच गोष्टी शिकण्यास मिळतात.'

स्वसंवाद   सप्टेंबर ३०

'मी प्रत्येक श्वासाबरोबर जीवनातल्या सर्व चांगल्या गोष्टी आणि ईश्वराची कृपा ग्रहण करतो.'

ऑक्टोबर

स्व-अनुभव ऑक्टोबर १

केवळ शरीर-मनाच्या स्तरावर पैसा, नाव, प्रसिद्धी, प्रतिष्ठा कमावू नका, तर मानवी जीवनाचे उच्चतम ध्येय प्राप्त करा.

स्व-संवाद ऑक्टोबर २

मी भूतकाळ आणि भविष्यकाळाच्या विचारांपासून मुक्त आहे. कारण मी नेहमी वर्तमानकाळात जगतो.

ऑक्टोबर ३

परमेश्वर माझा मित्र असून, तो दयाळू आहे.
तो मला मदत करतो आणि योग्य वेळी मार्गदर्शन करतो.
ईश्वर जे करतो ते नेहमीच माझ्यासाठी योग्य आणि उत्तम असते.

ऑक्टोबर ४

लाठ्या-काठ्यांनी माझ्या शरीराला इजा होऊ शकते,
पण शब्द मला इजा करू शकत नाहीत.
कारण कुठल्याही निंदेने दु:खी होण्याची मी स्वत:ला परवानगी देत नाही.

ऑक्टोबर ५

'मी हे करू शकत नाही' असा विचार मनात आल्यास, तिथेच थांबा आणि 'हे काम कसे करता येईल' याचा विचार करा. दृष्टिकोन बदलल्यामुळे बुद्धी अधिक खुलेल आणि तुमची वेगाने प्रगती होईल.

ऑक्टोबर ६

नशीब बदलायची वाट बघू नका, तुमचा दृष्टिकोन बदला. दुसऱ्यांविषयी अंदाज बांधू नका,

आधी स्वत:ला ओळखा. दुसऱ्यांनी बदलावे अशी अपेक्षा करू नका, त्याऐवजी स्वत:च्या विचारांमध्ये बदल आणा.

सेवा ऑक्टोबर ७

सेवेने सेवकाची सेवा करावी, म्हणजेच सेवा करताना सेवक (अहंकार) विलीन व्हावा.

पडून उठणे ऑक्टोबर ८

लहान मुले चालायला शिकताना चालण्यापेक्षा पडतातच जास्त. पण तरीही ती पुन्हा उठून उभी राहतात. आपणसुद्धा पडल्यावर पुन्हा उठून उभे राहायला हवे. उठताना नुसतेच उठण्याऐवजी त्यातून काहीतरी धडा घेऊन उठणे आवश्यक आहे.

मौन   ऑक्टोबर ९

शब्द आणि विचारांपलीकडची अवस्था म्हणजे मौन होय.

शब्द आणि विचार हे मौनामधून तयार होतात आणि मौनामध्येच विलीन होतात.

ऑक्टोबर १०

मौन हे प्रत्येक दोन शब्दांमध्ये आणि दोन विचारांच्या मध्ये असते.

मौनाच्या कागदावरच विचारांचे शब्द लिहिले जातात.

त्या मौनाला प्राप्त करणे म्हणजेच स्वत:ला प्राप्त करणे होय.

मौन ही सर्वोच्च भाषा आहे.

पाप आणि पुण्य   ऑक्टोबर ११

जे कर्म बेहोशीत केले जाते ते पाप, जे कर्म जागृतीमध्ये होते ते पुण्य.

ज्यामुळे लोकांचे नुकसान होईल ते पाप, ज्यामुळे लोकांचे भले होईल ते पुण्य.

ज्यामुळे कर्ताभाव वाढतो ते पाप आणि ज्यामुळे कर्ताभाव कमी होतो ते पुण्य.

जे कर्म तुम्हाला तुमच्यापासून दूर नेते ते पाप आणि ज्यामुळे तुम्ही स्वत:च्या जवळ जाता ते कर्म म्हणजे पुण्य.

ऑक्टोबर १२

दु:खामध्ये एक उपहार दडलेला असतो. तो उपहार देण्यासाठीच जीवनात दु:ख येते.

आपल्यात फक्त समज आणि उपहार ओळखून त्याला स्वीकारण्याचे धैर्य असणे आवश्यक आहे.

ऑक्टोबर १३

दु:ख असावे, पण दु:खाचे दु:ख नसावे.

आनंद असावा, पण आनंद निघून जाईल याचे दु:ख नसावे.

ऑक्टोबर १४

दु:ख ही ईश्वराची साद असते. ती तुम्हाला मनन करण्यास आणि स्वत:जवळ येण्यास मदत करते.

मोकळा वेळ   ऑक्टोबर १५

तुम्ही तुमच्या मोकळ्या वेळेचा उपयोग कसा करता, यावरून तुम्ही भविष्यात काय आकर्षित करता, हे समजते.

चष्मा   ऑक्टोबर १६

आपण जर आपला चष्मा बदलला (स्वसंवाद) तर क्षणार्धात संपूर्ण जग बदलेल.

स्थिरता **ऑक्टोबर १७**

शरीरिकदृष्ट्या प्रबळ असणे चांगले.
मानसिकदृष्ट्या प्रबळ असणे उत्तम.
'स्व–अनुभवात' स्थापित होणे सर्वोत्तम.

ताकद **ऑक्टोबर १८**

अतिउत्साह आणि उतावळेपणा या माणसातील कमतरता, तर संयम आणि धैर्य ही माणसाची ताकद आहे.

यश ऑक्टोबर १९

कुठलेही काम सुरू करण्याआधी पुढील वाक्याचा पुनरुच्चार करा-

'मी ईश्वराची संपत्ती आहे, माझे यश निश्चित आहे'

ऑक्टोबर २०

या जगातील एक माणूस जर एखादी गोष्ट प्राप्त करू शकत असेल, तर तुम्हीसुद्धा ती प्राप्त करू शकता.

तुमच्यातील ताकदीवर विश्वास ठेवा आणि संधी ओळखा. यश तुमचेच आहे.

ऑक्टोबर २१

अपयशाच्या उदरातूनच यश जन्मास येते.

ऑक्टोबर २२

यश ही मनाची एक अवस्था आहे.
'मी यशस्वी होणारच' हा तुमचा विश्वासच यश तुमच्याकडे खेचून आणतो.

ऑक्टोबर २३

एखादी गोष्ट ठरवणे, त्यावर कार्य करणे आणि शेवटी ती पूर्ण करणे म्हणजेच यश होय. यशाची ही प्रक्रियाच तुम्हाला खरा आनंद देते.

ऑक्टोबर २४

तुम्ही कोणत्या प्रकारच्या यशावर विश्वास ठेवता?

यश, जसे तुम्ही समजता तसे?

यश, जे दुसऱ्यांना वाटते तसे?

यश, जशी परमेश्वराची इच्छा आहे तसे.

ऑक्टोबर २५

यशाच्या भरावलेल्या विचारांबरोबर मानसिक शांती आणि विश्वकल्याणाचे विचार तुमच्यात खोलवर रुजलेले असतील, तर तुमच्या यशाच्या शिखराचा भक्कम पाया तयार होईल.

ऑक्टोबर २६

जेव्हा माणसाची कृती त्याच्या मूळ स्वभावातून होते, तेव्हा ती सर्वोच्च यशाकडे नेते.

आधार ऑक्टोबर २७

दुसऱ्यांच्या मदतीशिवाय आणि आधाराशिवाय तुम्ही यश प्राप्त करू शकत नाही.

जेवढी जास्त उंची गाठायची असेल तेवढ्याच जास्त मदतीच्या हातांची आवश्यकता असते.

ऑक्टोबर २८

जेव्हा तुमचा रिमोट कंट्रोल तुमच्या हातात असतो आणि तो वापरण्याचे ज्ञानही असते तेव्हा तुम्ही वर्तमानात राहून उत्तम जीवन जगता.

शिकवण   ऑक्टोबर २९

भुकेलेल्यास भाजी मंडईचा रस्ता दाखवणे ठीक आहे.
भुकेलेल्यास खाऊ घालणे चांगले आहे.
भुकेलेल्यास खाऊ घालून बीज पेरण्यास शिकवणे उत्तम आहे.

अश्रू   ऑक्टोबर ३०

दुःख झाल्यावर अश्रू गाळून मन हलके करणे चांगले आहे. दुसऱ्यांचे अश्रू पुसून त्यांचे मन हलके करणे हे खूपच चांगले आहे.

पण, भक्तीच्या आसवांमध्ये मन नमन करून इतरांसाठी निमित्त बनणे अतिउत्तम आहे.

मंदिर   ऑक्टोबर ३१

आपली पादत्राणे बाहेर काढून मंदिरात प्रवेश करणे म्हणजेच आपल्यातील अप्रामाणिकपणा बाहेर काढून मंदिरात प्रवेश करणे होय.

नोव्हेंबर

मंदिर **नोव्हेंबर १**

जेव्हा मन आत वळेल (न-मन अवस्थेत) आणि 'स्व'चा खरा स्वभाव प्रकटेल, तेव्हा मन मंदिर असेल.

नोव्हेंबर २

जेव्हा मन बाह्यगोष्टींमध्ये असते तेव्हा ते माकडासारखे असते. जेव्हा ते आत केंद्रित हाते तेव्हा ते साधूसारखे असते.

जीवनाचे लक्ष्य   नोव्हेंबर ३

'स्वत: जीवन'च जीवनाचे लक्ष्य आहे.

'स्व'ला जाणणे, अभिव्यक्त करणे आणि त्याचे गुण प्रकट करणे हे जीवनाचे लक्ष्य आहे.

अधिक भाग्यवान   नोव्हेंबर ४

भाग्यवान ते आहेत ज्यांच्याकडे पुरेसा पैसा आहे, चांगली नोकरी आहे आणि जे 'ईश्वराला विसरलेले नाही.'

असे लोक पैशाचा उपयोग ईश्वराची अंतिम इच्छा पूर्ण करण्यासाठी करतात.

भक्तिमार्ग **नोव्हेंबर ५**

विद्यार्थ्याचा मृत्यू साधकास जन्म देतो.

साधकाचा मृत्यू शिष्यास जन्म देतो.

शिष्याचा मृत्यू भक्तास जन्म देतो.

परंतु भक्ताच्या मृत्यूनंतर जन्म होतो तो अजन्माचा (ज्याचा कधीही जन्म-मृत्यू होत नाही) म्हणजे... 'स्व'त्व.

कर्ममार्ग **नोव्हेंबर ६**

फक्त कर्म करीत राहा.

फळाची अपेक्षा करायचीच असेल, तर महाफळाची अपेक्षा करा, तीही ईश्वराकडून. चॅनेलकडून (व्यक्ती) नको.

नव्याची ताकद   नोव्हेंबर ७

नवीन विचार प्रत्येकाला आवडेलच असे नाही. पण तुम्ही पुढाकार घेतलात, तर प्रत्येक जण त्याबद्दलच बोलत असेल हे शक्य आहे.

नोव्हेंबर ८

आज विश्वाला नवीन विचारांची गरज आहे.
नवीन विचारांमुळे नवीन संभावना तयार होतात,
नवीन संभावना आनंद, शांती आणि कृपेने परिपूर्ण असतात.

नोव्हेंबर ९

जेव्हा एखादी विशिष्ट गोष्ट तिच्या सर्व शक्यता पूर्ण करते तेव्हा ती पूर्णत्वास जाते.

नावीन्याची शक्ती ही अशी शक्ती आहे जी पूर्णत्व आणते.

नोव्हेंबर १०

प्रत्येक गोष्ट जागृतावस्थेत तिच्या उच्च संभावना प्राप्त करू शकते. जुने बेहोशी आणते, तर नवे ती बेहोशी तोडते. नेहमी नव्यावर लक्ष केंद्रित करा.

आनंदाचा मार्ग   नोव्हेंबर ११

आनंदप्राप्तीचा कोणताही मार्ग नसून आनंद
स्वत:च मार्ग आहे.

जीवनाचा नियम   नोव्हेंबर १२

जेव्हा एक दरवाजा बंद होतो तेव्हा दहा नवीन दरवाजे
उघडतात. तुमचे लक्ष उघडणाऱ्या दरवाज्यांकडे असू द्या,
बंद दाराकडे नको.

आनंदाचे रहस्य   नोव्हेंबर १३

प्रत्येक गोष्टीत 'सर्वोच्च' बघणे हेच आनंदाचे रहस्य आहे.

मनामागची आत्मसाक्षात्कारी अवस्था

नोव्हेंबर १४

'स्व'चे प्रतिबिंब हे तलावातील चंद्राच्या प्रतिबिंबाप्रमाणे आहे, जे अस्वस्थ मनाच्या एका लहरीने विकृत होऊ शकते.

मन जेव्हा शांत होऊन शून्यावस्थेत येते तेव्हा आपण 'स्व'चा अनुभव करू शकतो.

नोव्हेंबर १५

चार शब्दांची सर्वोच्च प्रार्थना

...प्रिय ईश्वरा, तुला धन्यवाद.

आपले अस्तित्वसत्य — नोव्हेंबर १६

ईश्वराने माणूस निर्माण केला आहे असेच प्रत्येकाला वाटते आणि त्याच मान्यतेत तो जगतो,

पण हे सत्य समजणे थोडे कठीण आहे- ईश्वराने माणसाला बनवले नाही, तर ईश्वरंच माणूस बनला आहे.

सत्य — नोव्हेंबर १७

ईश्वर आहे की नाही हा प्रश्न विचारू नका;

ईश्वरच आहे, तुम्ही आहात की नाही, हे पक्के करा.

नोव्हेंबर १८

ईश्वर आपल्यामध्ये आहे, की बाहेर कुठे आकाशात? दोन्ही चुकीचे आहे.

ज्याप्रमाणे पाण्यामध्ये मासा, त्याप्रमाणे आपण ईश्वरात सामावलेले आहोत.

नोव्हेंबर १९

तुम्हाला कोणी निर्विचार करू शकत नाही.
कारण तुम्ही आधीपासूनच निर्विचार आहात.

अंतिम लक्ष्य   नोव्हेंबर २०

खरी सेवा तीच ज्यात सेवक विलीन होतो.
खरे ज्ञान तेच ज्यात ज्ञानी समर्पित होतो.
खरी भक्ती तीच ज्यात भक्त गायब होतो
आणि खरे ध्यान तेच ज्यात ध्यानी नाहीसा होतो.

अंतिम शिडी   नोव्हेंबर २१

जेव्हा तुमच्यामध्ये ज्ञान जागृत होईल तेव्हा मायाच तुम्हाला सत्याची आठवण करून देईल.
जो भ्रम तुम्हाला आजपर्यंत सत्यापासून दूर ठेवत होता तोच तुमच्यासाठी सत्याकडे घेऊन जाणारी शिडी बनेल.

विचार   नोव्हेंबर २२

प्रत्येक विचार ही एक प्रार्थना आहे आणि ती वास्तवात उतरते.

प्रत्येक प्रार्थनेचे उत्तर येते.

म्हणून नेहमी सकारात्मक विचारांचेच बीज पेरा.

नोव्हेंबर २३

स्वर्ग आणि नरक ही काही भौगोलिक ठिकाणे नाहीत.

तुमच्यातील विचारच स्वर्ग किंवा नरक तयार करतात.

नोव्हेंबर २४

तुमचे शरीर जर आजारी असेल, तर डॉक्टर तुम्हाला बरे करतील. पण तुमचे मनच आजारी असेल, तर तुमच्या विचारांनाच त्यावर इलाज करावा लागेल.

नोव्हेंबर २५

ज्या मनुष्याच्या मनात द्वेषाचे विचार चालतात त्यांना इतर कुठल्याही शत्रूची गरज नाही.

नोव्हेंबर २६

विचारांना योग्य दिशा देणे ठीक आहे.
विचारांकडे साक्षीदार म्हणून बघणे चांगले आहे.
विचारांनाच आरसा बनविणे अतिउत्तम आहे.

नोव्हेंबर २७

ज्याप्रमाणे एका बीजापासून पूर्ण जंगल निर्माण होते. त्याप्रमाणे आपल्या विचारांपासून आपले जीवन निर्माण होते. म्हणूनच आपल्यामध्ये नेहमी सकारात्मक विचाराची पेरणी करा.

नोव्हेंबर २८

नकारात्मक विचार ठेवणाऱ्यांकडे नकारात्मक शक्ती आकर्षित होतात.

जेव्हा एखादा सकारात्मक विचार ठेवतो तेव्हाच त्याला जीवनामध्ये जागरुकता प्राप्त होऊन त्याचा सर्वांगीण विकास होतो.

नोव्हेंबर २९

तुम्ही दु:खी असाल आणि तुमच्या चेतनेचा स्तर कमी असेल तेव्हा स्वत:च्या विचारांवर अजिबात विश्वास ठेवू नका.

नोव्हेंबर ३०

तुमचे विचार तुमचा स्वभाव दर्शवतात.

डिसेंबर

खरे ज्ञान   डिसेंबर १

ज्याला स्वत:च्या अज्ञानाची जाणीव असते, तोच खरा ज्ञानी होय.

खरा विकास   डिसेंबर २

लोभी माणूस हा सतत दुसऱ्यांकडून मिळणाऱ्या धनाची आणि प्रतिष्ठेची आस धरत असतो. तो नेहमी गुलामाचे जीवन जगतो.

कमी सुविधांमध्ये सुखी राहणे हाच खरा विकास होय.

सत्य डिसेंबर ३

दिशाहीन विचार दु:खाला आमंत्रण देतात,
तर सत्याचे विचार सुखाला आमंत्रित करतात.

डिसेंबर ४

सत्य बोला.
सत्य ऐका.
सत्याचाच विचार करा.
सत्याचा प्रसार करा
सत्यच बना.

### कृपा थोपवणारी छत्री				डिसेंबर ५

कृपेचा वर्षाव सतत होतच आहे, गरज आहे ती अज्ञानरूपी छत्री बाजूला करण्याची.

छत्री काढा आणि कृपा प्राप्त करा.

### समज				डिसेंबर ६

सर्व मान्यतांचा खेळ आहे, 'समज' हीच परिपूर्ण आहे.

### दु:खी				डिसेंबर ७

जर तुम्हाला दु:खी व्हायचे नसेल, तर तुम्हाला दु:खी कोण करू शकतो?

वेळेचे महत्त्व   डिसेंबर ८

वेळेत केलेले लहान कामसुद्धा फार महत्त्वाचे ठरते.

वेळ निघून गेल्यावर कितीही मोठे काम केले तरी ते निरुपयोगी ठरते.

डिसेंबर ९

चुकीच्या वेळी योग्य निर्णय घेणे हे तेवढेच कुचकामी आहे, जेवढे योग्य वेळी चुकीचे निर्णय घेणे.

दोन्हीही निर्णय घातक ठरू शकतात.

त्यामुळे जेव्हा तुमच्याकडे वेळ असेल तेव्हाच विचार करा आणि निर्णयापर्यंत पोहोचा.

योग्य वेळी योग्य निर्णय घ्या.

डिसेंबर १०

जेव्हा तुमच्यामध्ये काही सकारात्मक करण्याची भावना निर्माण होईल तेव्हा ते काम लगेच करा. अन्यथा ती भावना विलीन होईल. जेव्हा तुमच्यात काही नकारात्मक करायची भावना येईल तेव्हा ते काम पुढे ढकला, भावना आपोआप नाहीशी होईल.

डिसेंबर ११

तुम्ही स्वत:ला फसवू शकता, निसर्गाला नाही.

गुण किंवा अवगुण　　　डिसेंबर १२

दिवसाच्या शेवटी प्रामाणिकपणे स्वतःला विचारा- 'मी आजचा दिवस यामध्ये व्यतीत केला का?

१. दुसऱ्याच्या अवगुणांबाबत बोलणे

२. चालढकल

३. इतरांचे लक्ष वेधून घेणे

४. घृणेची भावना

५. मनाचे मनोरंजन

अथवा

इतरांमधील गुण पाहिले, वेळेवर कामे पूर्ण केली, दुसऱ्यांच्या विकासामध्ये मदत केली?

सद्गुण डिसेंबर १३

ज्यावर तुम्ही ध्यान देता, तेच बनता.
त्यामुळे कायम दुसऱ्यांचे सद्गुण बघा.

संपत्ती डिसेंबर १४

प्रश्न : सर्वांत मोठी संपत्ती कुठली?
उत्तर : चेतना. चेतनेचा स्तर वाढवणे म्हणजेच संपत्ती वाढवणे होय.

हुशार डिसेंबर १५

या जगात कोणीही जन्मजात हुशार नसतो. योग्य प्रशिक्षण घेऊन हुशार होण्यातच हुशारी आहे.

डिसेंबर १६

हुशार व्यक्तीसाठी प्रत्येक दिवस हा नवीन दिवस असतो.

डिसेंबर १७

दु:ख हे अज्ञानी माणसासाठी भ्रम असतो, तर हुशार व्यक्तीसाठी संधी असते.

मालक कोण?   ### डिसेंबर १८

जेव्हा माणूस जागृत नसतो त्या वेळी मन मालक बनतं, पण ध्यानाच्या शक्तीद्वारे जागरूकता येताच मन त्याचा गुलाम होते.

शब्द डिसेंबर १९

कोणतीही घटना 'समस्या' नसते. ती तेव्हाच समस्या बनते जेव्हा तुम्ही त्यावर नकारात्मक शब्दांनी भावनांचे लेबल लावता, परिणामत: तुम्ही स्वत:च्याच शब्दांच्या जाळ्यात अडकता.

डिसेंबर २०

सकारात्मक शब्दांमध्ये एक तरंग असतो जो शरीर निरोगी राखण्यास मदत करतो.

त्यामुळे नेहमी सकारात्मक आणि प्रेरणात्मक शब्दांचा वापर करा.

डिसेंबर २१

शब्द आणि धनुष्यातून सुटलेला बाण कधीही मागे येत नाहीत.

एकतर ते यश मिळवून देतात किंवा विनाशासाठी निमित्त बनतात.

जर संपूर्ण यश हवे असेल, तर संभाषणशक्तीवर काम केले पाहिजे.

कार्य   ### डिसेंबर २२

पूजा करणे हे काम नसून, काम करणे ही पूजा आहे.

डिसेंबर २३

थकवा येण्याआधी आराम करा,
सुस्ती येण्याआधी काम करा.

चिंता आणि संपत्ती   डिसेंबर २४

चिंतेचे संपत्तीशी एक वेगळेच नाते आहे.
संपत्ती नसतानाही चिंता वाढते आणि असतानाही.

चिंता   डिसेंबर २५

चिंता माणसाला मृत्यूनंतर काहीही त्रास न देता जाळते,
चिंता ही माणसाला मृत्यूआधीच वेदना देत हळूहळू जाळते.

पात्रता डिसेंबर २६

जेव्हा एखादी गोष्ट प्राप्त करण्याची पात्रता तुमच्यामध्ये येते तेव्हा निसर्ग आपोआपच ती गोष्ट तुमच्याकडे पाठवतो.

लेखन डिसेंबर २७

सगळ्या समस्या मनात राहतात.

जसजशा तुम्ही समस्या कागदावर लिहीत जाता तसतशा त्या विलीन होत जातात.

असामान्य डिसेंबर २८

जशी हाताची दोन बोटे एकसारखी नसतात,
त्याप्रमाणे जगात तुमच्यासारखा दुसरा कोणी नसतो.

तुमचे खरे 'स्व'त्व डिसेंबर २९

...तुम्ही किती वर्षे जगलात हे महत्त्वाचे नसून काय बनून जगलात हे महत्त्वाचे आहे.

तुम्ही जे नाही ते बनून जगता, की 'जे आहात' ते बनून जगता?

डिसेंबर ३०

आपला खरा स्वभाव जाणून घेणे हेच खरे अध्यात्म.

उत्साह   डिसेंबर ३१

उत्साह हेच जीवनाचे प्रतीक आहे.

परिशिष्ट

एक अल्प परिचय
सरश्री

स्वीकार मुद्रा

सरश्रींचा आध्यात्मिक शोधाचा प्रवास त्यांच्या बालपणापासूनच सुरू झाला होता. हा शोध सुरू असतानाच त्यांनी अनेक प्रकारच्या पुस्तकांचं अध्ययन केलं. त्याचबरोबर या शोधकाळात त्यांनी अनेक ध्यानपद्धतींचा अभ्यासही केला. त्यांच्यातील या जिज्ञासेने त्यांना अनेक वैचारिक आणि शैक्षणिक संस्थांमध्ये जाण्यासाठी प्रेरित केलं. जीवनाचं रहस्य समजण्यासाठी **त्यांनी प्रदीर्घ काळ मनन करून आपलं शोधकार्य सातत्याने सुरू ठेवलं. या शोधातूनच त्यांना 'आत्मबोध' प्राप्त झाला.** आत्मसाक्षात्कारानंतर त्यांना जाणवलं, की **अध्यात्माचा प्रत्येक मार्ग ज्या शृंखलेने जोडलेला आहे, तो म्हणजे 'समज' (Understanding).** आत्मबोधप्राप्तीनंतर त्यांनी अध्यापनाचं कार्य थांबवलं आणि जवळ जवळ दोन दशकांहूनही अधिक काळ आपलं समस्त जीवन मानवजातीच्या कल्याणासाठी आणि आध्यात्मिक विकासासाठी अर्पण केलं.

सरश्री म्हणतात, ''सत्यप्राप्तीच्या सर्व मार्गांचा प्रारंभ जरी वेगवेगळ्या मार्गांनी होत असला, तरी सर्वांचा अंत मात्र एकच समज प्राप्त केल्याने होतो. ही **'समज'च सर्व काही असून ती स्वतःमध्ये परिपूर्ण आहे.** आध्यात्मिक

ज्ञानप्राप्तीसाठी या 'समजे'चं श्रवणच पुरेसं आहे.'' ही समज प्रकाशमान करण्यासाठी आजपर्यंत त्यांनी **आध्यात्मिक विषयांवर तीन हजारांहून अधिक प्रवचनं दिली आहेत.** या प्रवचनांद्वारे ते अध्यात्मातील अतिशय गहन संकल्पना सहज, सुलभ आणि व्यावहारिक भाषेत समजावून सांगतात. समाजातील प्रत्येक स्तरावरील मनुष्य सरश्रींद्वारे सांगितल्या जाणाऱ्या या समजेचा लाभ घेऊ शकतो.

ही समज प्रत्येकाला आपल्या अनुभवातून प्राप्त व्हावी, यासाठी सरश्रींनी **'महाआसमानी परमज्ञान शिबिर'** आणि त्यासाठी आवश्यक असणारी कार्यप्रणाली (सिस्टिम) तयार केली. **तिचा लाभ आज लाखो लोक घेत आहेत.** या प्रणालीला आय.एस.ओ. (ISO 9001:2015) प्रमाणपत्रही लाभलंय. या प्रणालीमुळेच अनेकांना सत्यमार्गावर वाटचाल करण्याची प्रेरणा मिळाली आहे. या समजेचा प्रचार आणि प्रसार करण्यासाठी त्यांनी 'तेजज्ञान फाउंडेशन' या आध्यात्मिक संस्थेचा पाया रचला. **'हॅपी थॉट्सद्वारे उच्चतम विकसित समाजाची निर्मिती करणे,'** हेच या संस्थेचं मुख्य उद्दिष्ट आहे.

विश्वातील प्रत्येक मनुष्य आज सरश्रींच्या मार्गदर्शनाचा लाभ घेऊ शकतो. त्यासाठी कोणत्याही धर्म, जात, उपजात, वर्ण, पंथ वा लिंग यांचं बंधन नसतं. विश्वाच्या प्रत्येक कानाकोपऱ्यांतील लोक आज 'तेजज्ञान'च्या अनोख्या ज्ञानप्रणालीचा (System for Wisdom) लाभ घेत आहेत.

याच व्यवस्थेचा आणखी एक महत्त्वपूर्ण भाग म्हणजे, **दररोज सकाळी आणि रात्री ९ वाजून ९ मिनिटांनी लाखो लोक विश्वशांतीसाठी प्रार्थना करत आहेत.**

बेस्ट सेलर पुस्तक 'विचार नियम' शृंखलेचे रचनाकार म्हणूनही सरश्रींना ओळखलं जातं. **केवळ पाच वर्षांच्या कालावधीत या पुस्तकाच्या १ कोटीपेक्षा अधिक प्रती** वितरित झाल्या आहेत. याशिवाय आजवर त्यांनी विविध विषयांवर **१०० हून अधिक पुस्तकं** लिहिली आहेत. त्यांपैकी 'विचार नियम', 'स्वसंवाद एक जादू', 'शोध स्वतःचा', 'स्वीकाराची जादू', 'निःशब्द संवाद एक जादू', 'संपूर्ण ध्यान' इत्यादी पुस्तकं बेस्ट सेलर झाली आहेत. ही पुस्तकं दहापेक्षा अधिक भाषांमध्ये अनुवादित असून, पेंगुइन बुक्स, हे हाउस पब्लिशर्स, जैको बुक्स, मंजुळ पब्लिशिंग हाउस, प्रभात प्रकाशन, राजपाल ॲण्ड सन्स, पेंटागॉन प्रेस आणि सकाळ प्रकाशन इत्यादी प्रमुख प्रकाशन संस्थांद्वारे ती प्रकाशित झाली आहेत.

तेजज्ञान फाउंडेशन परिचय

तेजज्ञान फाउंडेशन आत्मविकासातून आत्मसाक्षात्कार प्राप्त करण्याचा एक मार्ग आहे. यासाठी सरश्रींद्वारा एक अनोखी बोधप्रणाली (System for Wisdom) निर्माण झाली आहे. या प्रणालीला आंतरराष्ट्रीय प्रमाणपत्राद्वारे ISO 9001:2015च्या आवश्यकतेनुसार आणि निकष पडताळून सरळ, व्यावहारिक आणि प्रभावी बनवलं गेलं आहे.

या संस्थेच्या प्रबोधनपद्धतीच्या भिन्न पैलूंना (शिक्षण, निरीक्षण आणि गुणवत्ता) स्वतंत्र गुणवत्ता परीक्षकांद्वारे (Quality Auditors) क्रमबद्ध पद्धतीने पडताळलं गेलं. त्यानंतर या पैलूंना ISO 9001:2015 साठी पात्र समजून या बोधपद्धतीला हे प्रमाणपत्र प्रदान करण्यात आलं.

या फाउंडेशनचे लक्ष्य आहे नकारात्मक विचारांकडून सकारात्मक विचारांकडे वाटचाल. सकारात्मक विचारांकडून शुभ विचारांकडे म्हणजे हॅपी थॉट्सकडे प्रगती. शुभ विचारांकडून निर्विचार अवस्थेकडे मार्गक्रमण आणि निर्विचार अवस्थेच्या अंती आत्मसाक्षात्कार प्राप्ती. 'मी सर्व विचारांपासून मुक्त व्हावे' हा विचार म्हणजे शुभ विचार (हॅपी थॉट्स). 'मी प्रत्येक इच्छेपासून मुक्त व्हावे', अशी इच्छा म्हणजे शुभ इच्छा.

तेजज्ञान म्हणजे ज्ञान व अज्ञान या दोहोंच्या पलीकडचे ज्ञान. पुष्कळ लोक सामान्य ज्ञानाच्या (General Knowledge) माहितीलाच ज्ञान मानतात. परंतु अस्सल ज्ञान आणि नुसती माहिती यांत फार मोठे अंतर आहे. आजमितीला लोक सामान्य ज्ञानाच्या उत्तरांनाच जास्त महत्त्व देतात. अशा ज्ञानाचे विषय म्हणजे कर्म आणि भाग्य, योग आणि प्राणायाम, स्वर्ग

आणि नरक इत्यादी. आजच्या युगात सामान्यज्ञान प्राप्त करणारे लोक, शिक्षक मोठ्या प्रमाणावर आहेत; परंतु हे ज्ञान ऐकून जीवनात परिवर्तन घडून येत नाही. असे ज्ञान म्हणजे केवळ बुद्धिविलास आहे किंवा अध्यात्माच्या नावावर चाललेला बुद्धीचा व्यायाम आहे.

सर्व समस्यांवरील उपाय आहे तेजज्ञान. क्रोध, चिंता आणि भय यांपासून मुक्त जीवन म्हणजे तेजज्ञान. शारीरिक, मानसिक, सामाजिक, आर्थिक आणि आध्यात्मिक प्रगतीचा, सर्वांगीण प्रगतीचा मार्ग आहे तेजज्ञान. तेजज्ञान आपल्या अंतरंगात आहे. येथे या आणि या गोष्टीचा अनुभव घ्या.

आपल्याला असे ज्ञान हवे आहे, की जे सामान्य ज्ञानापलीकडे आहे, जे प्रत्येक समस्येवरील उत्तर आहे, जे प्रत्येक समजुतीपासून, गृहीत धारणांपासून आपल्याला मुक्त करते, ईश्वरी साक्षात्कार घडविते, अंतिम सत्यात स्थापित करते. आता वेळ आली आहे शाब्दिक, सामान्यज्ञानातून बाहेर येऊन तेजज्ञानाचा अनुभव घेण्याची!

आजवर जप-तप, तंत्र-मंत्र, कर्म-भाग्य, ध्यान-ज्ञान, योग-भक्ती असे अनेक मार्ग अध्यात्मात सांगितले आहेत. या सर्व मार्गांनी प्राप्त होणारी अंतिम समज, अंतिम ज्ञान, बोध एकच आहे. अंतिम सत्याच्या शोधकाला, साधकाला शेवटी जी एकच 'समज' प्राप्त होते, ती 'समज' श्रवणानेसुद्धा प्राप्त होऊ शकते. अशा समजप्राप्तीसाठी श्रवण करणे यालाच तेजज्ञान प्राप्त करणे म्हटले गेले आहे. तेजज्ञानाच्या श्रवणाने सत्याचा साक्षात्कार घडतो, ईश्वरीय अनुभव मिळतो. हेच तेजज्ञान सरश्री महाआसमानी शिबिरात प्रदान करतात.

महाआसमानी परमज्ञान
शिबिर परिचय आणि लाभ (निवासी)

तुम्हाला सर्वोच्च आनंद हवाय? असा आनंद, जो कोणत्याही बाह्य कारणावर अवलंबून नाही... जो प्रत्येक क्षणी वृद्धिंगत होतो. या जीवनात तुम्हाला प्रेम, विश्वास, शांती, समृद्धी आणि परमसंतुष्टी हवी आहे का? शारीरिक, मानसिक, सामाजिक, आर्थिक आणि आध्यात्मिक अशा आयुष्याच्या सर्व स्तरांवर यशस्वी होण्याची तुमची इच्छा आहे का? 'मी कोण आहे' हे तुम्हाला अनुभवाने जाणावंसं वाटतं का?

तुमच्या अंतर्यामी अशा सर्व प्रश्नांची उत्तरं जाणण्याची इच्छा आणि 'अंतिम सत्य' प्राप्त करण्याची तृष्णा असेल, तर तेजज्ञान फाउंडेशनतर्फे आयोजित 'महाआसमानी शिबिरा'त तुमचं स्वागत आहे. हे शिबिर सरश्रींच्या मार्गदर्शनावर आधारित आहे. सरश्री, आजच्या युगातील आध्यात्मिक गुरू असून, ते आजच्या लोकभाषेत अत्यंत सहजपणे आध्यात्मिक समज प्रदान करतात.

महाआसमानी परमज्ञान शिबिराचा उद्देश : विश्वातील प्रत्येक मनुष्यानं 'मी कोण आहे', या प्रश्नाचं उत्तर जाणून तो सर्वोच्च आनंदाच्या अवस्थेत स्थापित व्हावा, हाच या शिबिराचा मुख्य उद्देश आहे. प्रत्येकाला असं ज्ञान प्राप्त व्हावं, जेणेकरून त्यानं प्रत्येक क्षणी वर्तमानात जगण्याची कला आत्मसात करावी. तो भूतकाळाचं ओझं आणि भविष्याची चिंता

यांतून मुक्त व्हावा. प्रत्येकाच्या आयुष्यात कधीही न संपणारा आनंद आणि योग्य समज यावी. शिवाय, प्रत्येकानं समस्या विलीन करण्याची कला आत्मसात करावी. थोडक्यात, मनुष्यजन्माचा उद्देश सफल व्हावा, हाच या शिबिराचा उद्देश आहे.

'मी कोण आहे? मी येथे का आहे? मोक्ष म्हणजे काय? या जन्मातच मोक्षप्राप्ती शक्य आहे का?' असे प्रश्न जर तुमच्या मनात असतील, तर त्यांवरील उत्तर आहे- 'महाआसमानी परमज्ञान शिबिर'.

महाआसमानी परमज्ञान शिबिराचे मुख्य लाभ : वास्तविक या शिबिराचे लाभ तर असंख्य आहेत; पण त्यांपैकी मुख्य लाभ पुढीलप्रमाणे- * जीवनात शक्तिशाली ध्येय निश्चित होतं * 'मी कोण आहे' हे अनुभवाने जाणता येतं (सेल्फ रियलायजेशन) *मनाचे सर्व विकार विलीन होतात. * भय, चिंता, क्रोध, बोरडम, मोह, तणाव या नकारात्मक बाबींतून मुक्ती * प्रेम, आनंद, मौन, समृद्धी, संतुष्टी, विश्वास अशा दिव्य गुणांशी युक्ती *साधं, सरळ पण शक्तिशाली जीवन जगता येतं * प्रत्येक समस्येचं निराकरण करण्याची कला प्राप्त होते * 'प्रत्येक क्षणी वर्तमानात जगणं' हा तुमचा स्वभाव बनतो * आपल्यातील सर्व सकारात्मक शक्यता खुलतात *याच जीवनात मोक्षप्राप्ती होते

महाआसमानी परमज्ञान शिबिरात सहभागी कसं व्हाल? या शिबिरात सहभागी होण्यासाठी तुम्हाला खालील बाबींची पूर्तता करायची आहे- १) तुमचं वय कमीत कमी अठरा किंवा त्यापेक्षा अधिक असायला हवं. २) सर्वप्रथम तुम्हाला 'सत्य-स्थापना' (फाउंडेशन ट्रुथ रिट्रीट) शिबिरात सहभागी

व्हावं लागेल. या शिबिरात, तुम्ही प्रामुख्यानं दोन बाबी शिकाल- प्रत्येक क्षणी वर्तमानात जगण्याची कला कशी आत्मसात करावी आणि निर्विचार अवस्था कशी प्राप्त करावी. ३) प्राथमिक स्तरावर तुम्हाला काही प्रवचनं ऐकायची असून, त्यांतून तुम्ही मूलभूत समज आत्मसात कराल आणि महाआसमानी शिबिरात प्रवेश करण्यासाठी तयार व्हाल.

हे शिबिर साधारणपणे एक-दोन महिन्यांच्या अंतराने आयोजित करण्यात येतं. यात हजारो सत्यशोधक सहभागी होतात. या शिबिराची तयारी दोन पद्धतींनी करू शकता. पहिली पद्धत- मनन आश्रम, पुणे येथे ५ दिवसीय शिबिरात भाग घेऊ शकता. दुसरी पद्धत- तेजज्ञान फाउंडेशनच्या जवळच्या सेंटरवर जाऊन सत्यश्रवणाद्वारेही करू शकता. महाराष्ट्रात अहमदनगर, सातारा, औरंगाबाद, नाशिक, नागपूर, वर्धा, अमरावती, चंद्रपूर, यवतमाळ, कोल्हापूर, सांगली, रत्नागिरी, लातूर, बीड, नांदेड, परभणी, पनवेल, मुंबई, ठाणे, सोलापूर, पंढरपूर, जळगाव, अकोला, बुलढाणा, धुळे, भुसावळ आणि महाराष्ट्राबाहेर सुरत, अहमदाबाद, बडोदा, नवी दिल्ली, बेंगलुरू, बेळगाव, धारवाड, रायपूर, भुवनेश्वर, कोलकाता, रांची, लखनौ, कानपूर, चंदीगढ, जयपूर, चेन्नई, पणजी, म्हापसा, भोपाळ, इंदोर, इटारसी, हर्दा, विदिशा, बुऱ्हाणपूर या ठिकाणी महाआसमानी शिबिराची पूर्वतयारी करू शकता.

तेजज्ञान फाउंडेशनमध्ये उपलब्ध असणाऱ्या सरश्रीलिखित पुस्तकांचं वाचन करून तुम्ही या शिबिराची पूर्वतयारी करू शकता. याशिवाय, तुम्ही रेडिओ किंवा यू ट्युबवरील सरश्रींच्या प्रवचनांचा लाभही घेऊ शकता. पण लक्षात घ्या, पुस्तकांतील ज्ञान, रेडिओ आणि यू ट्युबवरील प्रवचनं म्हणजे

'तेजज्ञानाची तोंडओळख' आहे; 'संपूर्ण तेजज्ञान' मुळीच नाही. तुम्ही महाआसमानी शिबिरात सहभागी होऊनच तेजज्ञानाचा आनंद घेऊ शकता. तेव्हा आगामी महाआसमानी शिबिरात सहभागी होण्यासाठी आजच संपर्क करा- 09921008060/75, 9011013208

महाआसमानी परमज्ञान शिबिरस्थान : हे शिबिर पुण्यातील मनन आश्रम येथे आयोजित केलं जातं. येथे तुमच्या निवासाची आणि भोजनाची व्यवस्था केली जाते. तुम्हाला काही शारीरिक व्याधी असतील आणि त्यासाठी जर तुम्ही नियमितपणे औषधं घेत असाल, तर शिबिरात येताना ती सोबत बाळगावीत. शिवाय, वातावरणानुसार गरम कपडे, स्वेटर, ब्लँकेटही आणावं.

पुणे शहरापासून १७ किलोमीटर अंतरावर अत्यंत निसर्गरम्य परिसरात मनन आश्रम वसलेला आहे. आश्रमात महिला आणि पुरुष यांच्या निवासाची स्वतंत्र व्यवस्था असून येथे जवळपास ८०० लोकांच्या राहण्याची व्यवस्था आहे. आपण हवाईमार्ग, हायवे किंवा रेल्वे अशा कोणत्याही मार्गाने पुण्यात येऊ शकता.

मनन आश्रम : मनन आश्रम, पुणे, सर्व्हे नं. ४३, सणस नगर, नांदोशी गाव, किरकटवाडी फाटा, तालुका- हवेली, जिल्हा- पुणे- ४११०२४.
फोन- 09921008060

'सरश्रीं'द्वारे रचित इतर पुस्तकं

महापुरूषांच्या लेखणीतून

विश्व विचारक महावाक्य

पृष्ठसंख्या : २१६ • मूल्य : ₹ २४०

Also available in English & Hindi

महान विचारवंतांचे अनुभव जेव्हा लेखणीद्वारे कागदावर शब्दरूपात उतरतात तेव्हा ते नवक्रांती घडवू शकतात. त्या अनुभवांच्या अर्कातून समाजाला युगानुयुगे लाभ मिळत असतो, एक नवी दिशा मिळते. या अनुभवसिद्ध विचारांमध्ये प्रचंड शक्ती सामावलेली असते.त्याचप्रमाणे प्रस्तुत पुस्तकातील या वचनांमध्येही नवनिर्माणाचं बीज सामावलेलं आहे. याचाच अर्थ, एका विचारातही जग बदलण्याची शक्ती असते.

केवळ एका वाक्यात ज्ञानाचं भांडार सामावणारे हे सुविचार माणसाला समृद्ध करू शकतात, सद्‌गुणांची खाण बनवू शकतात. सुविचाररूपी आशेचे हे छोटेसे किरण म्हणजे आयुष्याची धनसंपदाच नव्हे का? प्रस्तुत पुस्तकाचा लाभ घेऊन आपलं जीवन समृद्ध करूया, ज्ञानरूपी सूर्यापर्यंत पोहोचूया...

विकास नियम
आत्मसंतुष्टीचं रहस्य

पृष्ठसंख्या : १५२ ● मूल्य : ₹ १४०

Also available in Hindi

विकासाबद्दल बोलणं तसं खूप सोपं आहे; पण प्रत्यक्ष विकास साधणं मात्र कठीणच. कारण विकासाचा मार्ग प्रामाणिक व कठोर प्रयत्नांनी बनलेला असतो. याच कारणास्तव अनेकांना विकासमार्गावर चालणं खडतर वाटतं. परिणामी घाबरून ते अर्ध्यावरतीच हा मार्ग सोडतात, परतीचा मार्ग स्वीकारतात. पण ही समस्या जो सुलभ करतो तो- 'विकासनियम'. 'विकासनियम' म्हणजे जीवनाच्या सर्वांत मौल्यवान खजिन्यापर्यंत नेणारा जणू नकाशाच! ज्याच्या हातात हा नकाशा पडतो, तो आत्मसमाधानप्राप्तीचं रहस्य जाणून विकासाचं आणि संपूर्ण सफलतेचं शिखर हसत-खेळत गाठतो. विकासनियमांनुसार, **'प्रत्येक प्राणिमात्रात सर्वोच्च क्षमता आणि शक्यता असतातच, फक्त त्या क्षमता आणि शक्यता सुप्तावस्थेत असतात.'** या क्षमता तेव्हाच पूर्णतः खुलतात, जेव्हा आपण स्वतःच्या गुणांचा, कौशल्यांचा विकास करतो. 'विकासनियम' या पुस्तकात स्वतःचा 'संपूर्ण विकास' कसा साधावा, याचं रहस्य सामावलंय.

आळसावर मात
उत्साही जीवनाची सुरुवात

पृष्ठसंख्या : १६८ ● मूल्य : ₹ १५०

Also available in Hindi

प्रत्येकालाच आयुष्यात सुखसमृद्धी, सफलता पाहिजे असते. जीवनातील सुखस्वप्नं साकार करण्यासाठी काही प्रयत्नांची पराकाष्ठा करतात, तर काहींच्या कल्पना आणि योजना केवळ कागदांवरच राहतात. प्रत्यक्ष कृतीत ते मागे पडतात आणि मग आयुष्यात अपयशाचा सामना करत राहतात. माणसाच्या असफलतेमागे जे विकार असतात त्यातील सगळ्यात मोठा आहे तो तम, तमोगुण. आळस, सुस्ती, निद्रा, कंटाळा ही या तमोगुणाची प्रत्यक्ष रूपं. या पुस्तकातून आपल्या लपलेल्या आणि आयुष्य पूर्णपणे पोखरून काढणाऱ्या आळसावर मात कशी करावी याविषयी मार्गदर्शन केले आहे. तेव्हा विनाविलंब हे पुस्तक वाचा आणि आळसाला कायमचे हद्दपार करा.

आनंदाचे रहस्य

सुख दुःखाच्या पलीकडे

पृष्ठसंख्या : १५२ • मूल्य : ₹ १६०

Also available in Hindi

मी न देव आहे न देवदूत... तरीही माझ्या संपूर्ण दर्शनामुळे माणसाला प्राप्त होतं शाश्वत सुख... मी ईश्वराची हाक आहे... जागृतीचा जन्मदाता आहे... विकासाचा मंत्र आहे... जगाला अत्युच्च शिखरावर घेऊन जाण्याचं निमित्त आहे... माझं नाव जरी दुःख असलं तरी मानवाला दुःख देण्यासाठी माझी निर्मिती निश्चितच झालेली नाही. माझी उपस्थिती म्हणजे ज्ञानी लोकांसाठी समस्येचं समाधान... तर अज्ञानी लोकांसाठी रक्ताचे अश्रू...

आपण असे हंस आहात जे स्वतःच्या बाह्य रंगाला बघून, भ्रमित होऊन स्वतःला कावळा (शरीर) समजू लागलात... पण दुःख आज अतिशय खुश आहे. कारण या पुस्तकाच्या रूपानं ते आपल्या समोर साकार होत आहे. दुःखाचं जवळून दर्शन घेतल्यानंतरच माणसाला हंस बनून जगता येतं... त्याची नीर-क्षीर विवेकबुद्धी जागृत होते आणि असं हास्य प्रकटतं ज्यामुळे दुःख केवळ भ्रम वाटेल...

तेजज्ञान फाउण्डेशन के नए
YouTube - "Happy Thoughts Channel" पर
'संपूर्ण जीवन दर्शन-365 सवाल' श्रृंखला का लाभ लें
Happy Thoughts
(Tejgyan Foundation)
Subscribe, Like, Share, Comment
डर
साहस
भक्ति योग
तनावमुक्त जीवन जीने की कला
The Art of Stress free Living
365 सवाल
निर्णय
आसान तरीका
कर्म रहस्य
आत्मविकास से आत्मसाक्षात्कार की यात्रा
'संपूर्ण जीवन दर्शन' यह 365 सवालों की श्रृंखला है
जो जीवन के सभी आयाम जैसे अध्यात्म, कर्म, भाग्य, ज्ञान, ध्यान, प्रार्थना,
भक्ति, जन्म, मृत्यु, क्षमा, स्वास्थ्य, समृद्धि, खुशी, रिश्ते-नाते, विकास,
सफलता इत्यादि सभी आयामों पर एक नई रोशनी डालती है।
365 सवालों की यह श्रृंखला आपको आत्मविकास से आत्मसाक्षात्कार
की मंज़िल तक पहुँचने में सहायता करेगी।
"Happy Thoughts Channel" को आज ही सबस्क्राइब करें

आपणास हवी असलेली पुस्तकं घरपोच मिळण्यासाठी मनीऑर्डर पाठवा. ही पुस्तकं आमच्या खर्चाने रजिस्टर्ड पोस्ट, कुरिअर आणि व्ही.पी.पी.द्वारे पाठवली जातील. त्यासाठी खालील पत्त्यावर संपर्क साधावा.

वॉव पब्लिशिंग्ज् प्रा. लि.

*रजिस्टर्ड ऑफिस : E- 4, वैभव नगर, तपोवन मंदिराजवळ, पिंपरी, पुणे - ४११०१७

*पोस्ट बॉक्स नं. ३६, पिंपरी कॉलनी, पोस्ट ऑफिस, पिंपरी-पुणे - ४११०१७

फोन नं. : 09011013210 / 9146285129

आपण पुस्तकांची ऑर्डर ऑनलाईनही देऊ शकता.

लॉग इन करा - www.gethappythoughts.org

५०० रुपयांहून अधिक किंमतीची पुस्तकं मागवल्यास १०% सूट मिळेल.

पुस्तकांसंबंधी अधिक माहितीसाठी संपर्क साधा : 9623457873

For online shopping visit us :
www.gethappythoughts.org

- विश्वशांती प्रार्थना -

पृथ्वीवर शुभ्र प्रकाश (दिव्यशक्ती) येत आहे,
पृथ्वीतून सोनेरी प्रकाशाचा (चेतनेचा) उदय होत आहे.
विश्वातील सगळी नकारात्मकता दूर होत आहे.
सर्वजण प्रेम, आनंद आणि शांतीसाठी ग्रहणशील होत आहेत.
विश्वातील सर्व लीडर्स 'आउट ऑफ बॉक्स' विचार करत आहेत...
विश्वातील सर्व लीडर्स शांतिदूत बनत आहेत...
ईश्वराची इच्छा हीच विश्वातील सर्व लीडर्सची इच्छा बनत आहे! धन्यवाद

ही 'सामूदायिक अव्यक्तिगत प्रार्थना' तेजज्ञान फाउंडेशनचे सर्व सदस्य कित्येक वर्षांपासून सातत्याने करत आहेत. आनंदी लोकदेखील ही प्रार्थना करू शकतात. तसेच आजारी किंवा कोणत्याही समस्येमुळे त्रस्त असणारे लोकही ही प्रार्थना ग्रहण करून स्वास्थ्यलाभ घेऊ शकतात.

तुम्ही एखाद्या आजाराने वा समस्येने त्रस्त असाल, तर सकाळी अथवा रात्री ९ वाजून ९ मिनिटांनी ग्रहणशील होऊन शांत बसा. 'स्वास्थ्य आणि शांती यांचा शुभ्र प्रकाश प्रार्थना करणाऱ्या कित्येक लोकांद्वारे पृथ्वीवर येत आहे. त्याचप्रमाणे तो माझ्यावरही कार्य करत आहे. जेणेकरून मी स्वस्थ आणि शांत होत आहे.' असं मनात म्हणा. त्यानंतर काही वेळ याच भावावस्थेत राहून सर्वांना धन्यवाद द्या आणि मगच उठा.

तेजज्ञान कार्यक्रम

तेजज्ञान इंटरनेट रेडिओ

तेजज्ञान इंटरनेट रेडिओद्वारे २४ तास ३६५ दिवस,
सरश्रींच्या प्रवचन आणि भजनांचा लाभ घ्या. त्यासाठी पाहा लिंक-
http://www.tejgyan.org/internetradio.aspx

विविध भारती F.M. वर दर रविवारी
सकाळी १०:०५ ते १०:१५ वा.

नोट : या कार्यक्रमांच्या वेळेत बदल झाल्यास नोंद ठेवावी.

Free apps
U R Meditation & Tejgyan Internet Radio on all platforms like
Android, iPhone, iPad and Amazon

e-magazine
'Yogya Aarogya' & 'Drushtilakshya'
emagazines available on www.magzter.com

e-mail
mail@tejgyan.com

website
www.tejgyan.org, www.gethappythoughts.org

तेजज्ञान फाउंडेशनच्या मुख्य शाखा

- **पुणे :** (रजिस्टर्ड ऑफिस)
  विक्रांत कॉम्प्लेक्स, तपोवन मंदिराजवळ,
  पिंपरी, पुणे : 411 017.
  फोन : (020) 27412576, 27411240

- **मनन आश्रम :**
  सर्व्हे नं. ४३, सणस नगर, नांदोशी गांव,
  किरकटवाडी फाटा, तालुका : हवेली,
  जि. पुणे : 411 024. फोन : 09921008060

e-books

- The Source • Celebrating Relationships
- The Miracle Mind • Everything is a Game of Beliefs • Who am I now • Beyond Life
- The Power of Present • Freedom from Fear Worry Anger • Light of grace
- The Source of Health and many more.

Also available in Hindi at
gethappythoughts.org

www.ingramcontent.com/pod-product-compliance
Lightning Source LLC
LaVergne TN
LVHW040144080526
838202LV00042B/3020
* 9 7 8 8 1 8 4 1 5 3 3 5 4 *